ഗണിത വികൃതികൾ

എം.ആർ.സി. നായർ

മുഴുവൻ പേര് എം. രാമചന്ദ്രൻനായർ. ജനനം 1947 ജനുവരി 21 ന് മാവേലിക്കര താലൂക്കിൽ കരിമുളയ്ക്കൽ എന്ന സ്ഥലത്ത്. ഗണിതശാസ്ത്ര ബിരുദവും, ഇംഗ്ലീഷ് സാഹിത്യത്തിൽ ബിരുദാനന്തര ബിരുദവും നേടി. 1970 ൽ അദ്ധ്യാപകനായി. 1998 ൽ 'ഗണിതകഥകൾ'ക്ക് അദ്ധ്യാപക കലാവേദി അവാർഡ് ലഭിച്ചു. 1999 ൽ മികച്ച അദ്ധ്യാപകനുള്ള ദേശീയ അവാർഡ് നേടി. 'കണക്കുള്ള കഥകൾ' എന്ന കൃതിയ്ക്ക് കേരള ശാസ്ത്ര സാങ്കേതിക പരിസ്ഥിതി കൗൺസിലിന്റെ 2008 ലെ ബാലസാഹിത്യ അവാർഡ് ലഭിച്ചു. 'ഗണിതശാസ്ത്ര നിഘണ്ടു' അടക്കം മുപ്പതോളം ഗ്രന്ഥങ്ങൾ പ്രസിദ്ധീകരിച്ചു. ഇപ്പോൾ കോട്ടയം കേന്ദ്രമായി പ്രവർത്തിക്കുന്ന കേരള ഗണിതശാസ്ത്ര പരിഷത്തിന്റെ പ്രധാന പ്രവർത്തകരിൽ ഒരാളാണ്.

ഭാര്യ : വിജയമ്മ (റിട്ട. അദ്ധ്യാപിക-പരേത)
മക്കൾ : അശ്വതി, പ്രിയ

വിലാസം:
കരിമുളയ്ക്കൽ, കോമല്ലൂർ പി.ഒ.,
ചാരുംമൂട്, ആലപ്പുഴ ജില്ല-690505

എം.ആർ.സി. നായർ

ഗണിത വികൃതികൾ

(പഠനം)

മാക്സ് ബുക്സ്
കോട്ടയം
2021

വില: **150** രൂപ

Ganitha Vikrithikal
By MRC Nair
Malayalam

Published by:-
MAX BOOKS
Maxlive Media Solutions Pvt Ltd.
Muppathiyil Building, Muttambalom Post,
Kanjikuzhy, Kottayam 686 004
maxlivemediasolutions@gmail.com
maxbookskerala@gmail.com
Ph: 90740 98776, 73060 23373

Cover Design: Max Creations

Printed in India
at Penta Offset, Kottayam
Edition:
First Editon October 2021
Copies: 1000
Price: Rs. 150

ISBN: 978-93-91085-22-3

Distribution:
PUSTHAKAKADA
Thiruvananthapuram
Online Sales: www.pusthakakada.com

"ബ്ബ ബ്ബ ബ്ബ ബ്ബ അല്ല! വിത്തൗട്ട് മാത്തമാറ്റിക്സ് ഭൂമി ഒരു വട്ട പൂജ്യവാ!" -സ്ഫടികം സിനിമയിലെ ചാക്കോ മാഷിന്റെ ഈ ഡയലോഗ് തികച്ചും അന്വർത്ഥമാണെന്നു അടിവരയിടുന്ന ഏറ്റവും സുന്ദരമായ കൃതി. ശാസ്ത്രങ്ങളുടെ രാജ്ഞി എന്നറിയപ്പെടുന്ന ഗണിതശാസ്ത്രം അഥവാ മാത്തമാറ്റിക്സിനെ നെഞ്ചോടു ചേർക്കാൻ കഴിയുന്ന വിവിധ രീതികൾ ഇവിടെ അനാവരണം ചെയ്യുന്നു. കുട്ടികൾക്കും മുതിർന്നവർക്കും ഒരുപോലെ സ്വീകാര്യം. എല്ലാറ്റിനും അതിന്റേതായ കണക്കുകൾ ഉണ്ടെന്ന് ഇതിന്റെ വായന കഴിയുമ്പോൾ തോന്നും.

അജീഷ് ചന്ദ്രൻ
പ്രസാധകൻ

ആമുഖം

കളിക്കാം, രസിക്കാം, പഠിക്കാം അതിനാണ് ഈ പുസ്തകം. ഇതിൽ കണക്കിലെ കുസൃതികളും വികൃതികളുമുണ്ട്. കൗതുകമുണർത്തുന്ന കഥകളുണ്ട്. കൂട്ടുകാരുടെ മുമ്പിൽ അവതരിപ്പിച്ച് മിടുക്ക് കാട്ടാനുള്ള മാജിക്കുകളുണ്ട്. കണക്കിലെ എളുപ്പവഴികളും യുക്തിചിന്ത വളർത്താനുപകരിക്കുന്ന ചോദ്യങ്ങളുമുണ്ട്. പഠിക്കുന്നവർക്കും, പഠിപ്പിക്കുന്നവർക്കും, കണക്കറിഞ്ഞു കൂടാത്തവർക്കും ഉപകരിക്കത്തക്ക വിധമാണ് പുസ്തകത്തിന്റെ രചന നിർവ്വഹിച്ചിരിക്കുന്നത്. എന്റെ മറ്റെല്ലാ പുസ്തകങ്ങളിലും ലക്ഷ്യം വച്ചിട്ടുള്ളതുപോലെ കുട്ടികളെ കണക്കിലേക്കാകർഷിക്കാൻ ഈ കൃതിക്കും കഴിയും എന്നാണെന്റെ വിശ്വാസം.

എം.ആർ.സി. നായർ

ഉള്ളടക്കം

1

ഒൻപതുകളുടെ ഗുണനം

രണ്ടു സംഖ്യകൾ തമ്മിൽ ഗുണിക്കാൻ നിങ്ങൾക്കറിയാം. 47 × 32, 256 × 791 തുടങ്ങിയ സംഖ്യകളൊക്കെ ക്രിയ ചെയ്യേണ്ടി വരാറുണ്ട്. എന്നാൽ ഈ സംഖ്യകളിൽ ഒരെണ്ണം ഒൻപതുകൾ മാത്രമുള്ളതായാലോ? ഉദാഹരണത്തിന് 9,99,999 എന്നിങ്ങനെയാണ് രണ്ടു സംഖ്യകളിൽ ഒന്നെങ്കിൽ നിമിഷം കൊണ്ട് ഗുണനഫലം പറയാൻ കഴിയും. 47 × 99 എന്നാണ് ചോദ്യമെന്നിരിക്കട്ടെ.

എളുപ്പ വഴിയിൽ ക്രിയ ചെയ്യേണ്ടതിങ്ങനെ. ആദ്യം 47 ൽ നിന്ന് 1 കുറക്കുക.

47−1 =46 ഇനി രണ്ടാമത്തെ സംഖ്യയായ 99 ൽ നിന്നും ഇപ്പോൾ കിട്ടിയ 46 കുറച്ചെഴുതുക. 99−46 = 53. ആദ്യം കിട്ടിയ 46 ഉം ഇപ്പോൾ കുറച്ചുകിട്ടിയ 53 ഉം കൂടി ചേർത്തെഴുതുന്നതായിരിക്കും ഗുണനഫലം. ക്രിയകൾ അടുക്കി എഴുതാം.

47 × 99 എത്ര?

47 − 1	=	46
99 − 46	=	53
47 × 99	=	4653

416 × 999 എത്ര?

416 − 1	=	415
999 − 415	=	584
416 × 999	=	415584

85 × 999 ക്രിയ ചെയ്യുക

85 − 1	=	84
999 − 84	=	915
85 × 999	=	84915

546 × 999 ക്രിയ ചെയ്യുക

546 − 1 = 545

999 − 545 = 454

546 × 999 = 545454

ഈ ഉദാഹരണങ്ങളിലെല്ലാം ഒൻപതുകൾ ഉൾപ്പെടുന്ന സംഖ്യയാണ് വലുത് എന്നോർക്കുക. ഇപ്പോൾ പഠിച്ച തത്വമുപയോഗിച്ച് ഉത്തരം കണ്ടുപിടിക്കേണ്ട ചില ചോദ്യങ്ങൾ പരിചയപ്പെടാം.

വിട്ടുപോയ അക്കങ്ങൾ എഴുതുക.

463 × 999 = * * * 537

463−1 = 462 ആണ് അവിടെ വരേണ്ട സംഖ്യയെന്ന് ഊഹിച്ചെഴുതാവുന്നതേയുള്ളു.

വിട്ടുപോയ അക്കങ്ങൾ എഴുതുക.

652 × 999 = 651 * * *

999 ൽ നിന്ന് 651 കുറക്കുന്നതാണ് ഉത്തരമെന്ന് ഒറ്റ നോട്ടത്തിൽ മനസ്സിലാകും. അതായത് 348.

ഏതു സംഖ്യയെ 99 കൊണ്ടു ഗുണിച്ചാൽ 1683 കിട്ടും?

16 + 1 = 17 ആയിരിക്കും ഉത്തരം

17 × 99 = 1683

641358 നെ രണ്ട് മൂന്നക്ക സംഖ്യകളുടെ ഗുണനഫലമായി എഴുതുക.

642 − 1 = 641

999 − 641 = 358

642 × 999 = 641358

2

വർഗത്തിൽ നിന്നും ഗുണനഫലം

ഒരു സംഖ്യയുടെ വർഗം കാണാൻ നിങ്ങൾക്കറിയാം. സംഖ്യയെ സംഖ്യ കൊണ്ടു ഗുണിച്ചാൽ വർഗം കിട്ടും. 10×10=100. പത്തിന്റെ വർഗം 100 ആണ്. 15×15=225. പതിനഞ്ചിന്റെ വർഗമാണ് 225.

ഒരു സംഖ്യയുടെ വർഗം തന്നിരുന്നാൽ അതിന് ഇരുവശമുള്ള സംഖ്യകളുടെ ഗുണന ഫലം ക്രിയകളൊന്നും കൂടാതെ പറയാം. 85 ന്റെ വർഗം 7225 ആണ്. 85 ന് ഇരുവശമുള്ള സംഖ്യകൾ 84,86 ഇവയാണ്.

$84 \times 86 = 7225 - 1$

$= 7224$

അതായത് വർഗത്തിൽ നിന്ന് 1 കുറച്ചു.

$48^2 = 2304$

$47 \times 49 = 2304 - 1$

$= 2303$

$116^2 = 13456$

$115 \times 117 = 13456 - 1$

$= 13455$

ഇനി വർഗങ്ങളുടെ മറ്റൊരു പ്രത്യേകത പഠിക്കാം. അടുത്തടുത്തു വരുന്ന രണ്ടു സംഖ്യകളുടെ വർഗ വ്യത്യാസം നിമിഷം കൊണ്ടു പറയാൻ കഴിയും. 44, 45 ഇവ തുടർച്ചയായ രണ്ടു സംഖ്യകളാണ്. ഇവയുടെ വർഗങ്ങൾ തമ്മിലുള്ള വ്യത്യാസം 45^2-44^2 ആണ്. ഉത്തരം പറയാൻ ക്രിയകളൊന്നും വേണ്ട. 45+44 =89 ആണ് ഉത്തരം. തുടർച്ചയായ ഏതു രണ്ടു സംഖ്യകളുടെയും വർഗ വ്യത്യാസം ഈ രീതിയിൽ പറയാൻ കഴിയും. ഉദാഹരണങ്ങൾ കാണുക.

$86^2 - 85^2 = 86 + 85$

$= 171$

$99^2 - 98^2 = 99 + 98$

$= 197$

$169^2 - 168^2 = 169 + 168$

$= 337$

$216^2 - 215^2 = 216 + 215$

$= 431$

ഇനി ചോദ്യങ്ങൾ കാണുക.

1). $95^2 = 9025$ ആയാൽ 94×96 എത്ര?

2). $106 \times 108 = 11448$ ആയാൽ 107^2 എത്ര?

3). $1011^2 - 1010^2$ എത്ര?

4). $(n+1)^2 - n^2$ എത്ര?

5). $100^2 - 99^2 + 98^2 - 97^2 + \ldots\ldots + 2^2 - 1^2 = ?$

ഉത്തരം

1. $94 \times 96 = 9024$
2. $107^2 = 11449$

3. $1011 + 1010 = 2021$
4. $n + 1 + n = 2n + 1$
5. $100^2 - 99^2 = 100 + 99$

$98^2 - 97^2 = 98 + 97$

....

$2^2 - 1_2 = 2 + 1$

അതായത് 1 മുതൽ 100 വരെയുള്ള സംഖ്യകളുടെ തുകയാണ് ഉത്തരം.

n നിസർഗ സംഖ്യകളുടെ തുക $= \frac{n(n+1)}{2}$

100 നിസർഗ സംഖ്യകളുടെ തുക $= \frac{100 \times 101}{2}$

$= 5050$

3

ഒറ്റ സംഖ്യകളുടെ വർഗം

11 ഒരു ഒറ്റ സംഖ്യയാണ്. 11 ന്റെ വർഗം $11 \times 11 = 121$. 121 നെ 8 കൊണ്ടു ഹരിച്ചാൽ ശിഷ്ടം 1 കിട്ടും.

17 ഒരു ഒറ്റ സംഖ്യയാണ്. $17 \times 17 = 289$. 289 നെ 8 കൊണ്ടു ഹരിച്ചു നോക്കുക. ശിഷ്ടം1 എന്നു കിട്ടും.

മറ്റൊരു ഉദാഹരണം കാണുക. 101ന്റെ വർഗം $101 \times 101 = 10201$. ഈ സംഖ്യയെ 8 കൊണ്ടു ഹരിച്ചാലും ശിഷ്ടം 1 എന്നു തന്നെ കിട്ടും.

അതായത് ഏതൊരു ഒറ്റ സംഖ്യയുടെ വർഗത്തെയും 8 കൊണ്ടു ഹരിച്ചാൽ ശിഷ്ടം 1 ആയിരിക്കും. 999 ന്റെ വർഗത്തെ 8 കൊണ്ടു ഹരിച്ചാൽ ശിഷ്ടം 1 എന്ന് കണ്ണടച്ചു പറയാം.

777×777 നെ 8 കൊണ്ടു ഹരിച്ചാൽ ശിഷ്ടം എന്തായിരിക്കും?

ഒറ്റ സംഖ്യയുടെ വർഗമായതു കൊണ്ട് ശിഷ്ടം 1 ആയിരിക്കും.

$111 \times 111 = 8x + k$ ആയാൽ k യുടെ വിലയെന്ത്?

ഇവിടെയും kയുടെ വില 1 എന്ന് ഒറ്റ നോട്ടത്തിൽ പറയാൻ കഴിയും.

47961 ഒരു പൂർണ വർഗമാണ്. ഇതിനെ 8 കൊണ്ടു ഹരിച്ചാൽ ശിഷ്ടമെന്തായിരിക്കും?

ഒറ്റ സംഖ്യകളുടെ വർഗം 1,5,9 എന്നീ സംഖ്യകളിൽ അവസാനിക്കും. ഇവിടെ തന്നിരിക്കുന്ന സംഖ്യ 1ൽ ആണ് അവസാനിക്കുന്നത്. അപ്പോൾ ഒറ്റ സംഖ്യയുടെ വർഗമാണ്. അതിനാൽ 8 കൊണ്ടു ഹരിച്ചാൽ ശിഷ്ടം 1 ആയിരിക്കും.

46225, 45796, 44944 എന്നിങ്ങനെ മൂന്നു പൂർണ വർഗങ്ങൾ തന്നിരിക്കുന്നു. ഇതിൽ ഒരെണ്ണത്തെ 8 കൊണ്ടു ഹരിച്ചാൽ ശിഷ്ടം 1 ആണ്. ഏതാണ് ആ സംഖ്യ?

ഒറ്റ സംഖ്യകളുടെ വർഗം 1,5,9 എന്നീ അക്കങ്ങളിൽ അവസാനിക്കുന്നു. ഇവിടെ 46225 ആണ് ഒറ്റ സംഖ്യയുടെ വർഗം. അപ്പോൾ അതിനെ 8 കൊണ്ടു ഹരിച്ചാൽ ശിഷ്ടം 1 ആയിരിക്കും.

4

തുടർച്ചയായ നിസർഗ സംഖ്യകൾ

1, 2, 3, 4,........തുടങ്ങിയ സംഖ്യകളാണല്ലോ നിസർഗ സംഖ്യകൾ. തന്നിരിക്കുന്ന ഒരു സംഖ്യയെ എങ്ങനെയാണ് തുടർച്ചയായ നിസർഗ സംഖ്യകളുടെ തുകയായി എഴുതുന്നതെന്നു നോക്കാം. 30 എന്ന സംഖ്യ എടുക്കാം. ഇതിനെ ചുവടെ കാണുന്ന രീതിയിൽ നിസർഗസംഖ്യകളുടെ തുകയായി എഴുതാം.

$$30 = 4 + 5 + 6 + 7 + 8$$

$$30 = 9 + 10 + 11$$

$$30 = 6 + 7 + 8 + 9$$

ഒരു സംഖ്യയെ തന്നെ ഇങ്ങനെ വിവിധ രീതിയിൽ തുകയുടെ രൂപത്തിൽ എഴുതാം.

ആദ്യത്തെ നിസർഗ സംഖ്യ a എന്നും തുടർച്ചയായ സംഖ്യകളുടെ എണ്ണം b എന്നും കരുതുക. 1-ാം പദം a യും പൊതുവ്യത്യാസം 1 ഉം ആയ സമാന്തര ശ്രേണിയുടെ b പദങ്ങളുടെ തുക = $\frac{b}{2}(2a + b-1)$

$$N = \frac{b}{2}(2a + b - 1)$$ അല്ലെങ്കിൽ

$$2N = b(2a + b - 1) \quad ....(1)$$

ഇവിടെ $a > 0$, $b > 1$ ആയിരിക്കുമെന്നു മറക്കരുത്.

നമുക്ക് മുകളിൽ കാണിച്ചിരിക്കുന്ന രീതിയിൽ 30 എന്ന സംഖ്യയെ തുകയുടെ രൂപത്തിൽ എഴുതിയതെങ്ങനെയെന്നു നോക്കാം. സമവാക്യം (1) ൽ N ന് 30 എന്നു വില കൊടുക്കുക.

$60 = b(2a + b - 1)$ എന്നു കിട്ടും. അതായത് b, $(2a + b - 1)$ ഇവ 60 ന്റെ രണ്ടു ഘടകങ്ങളാണ്. എന്നാൽ ഈ ഘടകങ്ങളിൽ ഒന്ന് ഒറ്റയും മറ്റേത് ഇരട്ടയുമായിരിക്കണം.

അപ്പോൾ $60 = 5 \times 12$ എന്നെടുക്കാം. 5 ഒറ്റയും 12 ഇരട്ടയുമാണല്ലോ.

സമവാക്യം (1) മായി താരതമ്യം ചെയ്താൽ $b = 5$, $2a + b - 1 = 12$ എന്നു കിട്ടും.

$$2a + b - 1 = 12$$
$$2a + 5 - 1 = 12$$
$$2a = 8$$
$$a = 4$$

$a = 4, b = 5$ ആയതുകൊണ്ട് 4 ൽ തുടങ്ങുന്ന അഞ്ചു നിസർഗ സംഖ്യകളുടെ തുകയായിരിക്കും 30.

$$4 + 5 + 6 + 7 + 8 = 30$$

ഇനി $60 = 3 \times 20$ എന്നെടുത്താലൊ?

3 ഒറ്റയും 20 ഇരട്ടയുമാണ്. സമവാക്യം (1) ൽ നിന്നും

$$b = 3, \quad 2a + b - 1 = 20$$
$$2a + b - 1 = 20$$
$$2a + 3 - 1 = 20$$
$$2a = 18$$
$$a = 9$$

$a = 9$, $b = 3$ ആയതുകൊണ്ട് 9 ൽ തുടങ്ങുന്ന മൂന്നു നിസർഗ സംഖ്യകളുടെ തുക 30 ആയിരിക്കും.

$$9 + 10 + 11 = 30$$

$60 = 4 \times 15$ എന്നെടുക്കാം.

4 ഇരട്ടയും 15 ഒറ്റയുമാണ്.

$$b = 4$$
$$2a + b - 1 = 15$$

ക്രിയ ചെയ്താൽ $a = 6$ എന്നു കിട്ടും. $a = 6$, $b = 4$ ആയതുകൊണ്ട് 6 ൽ തുടങ്ങുന്ന 4 നിസർഗ സംഖ്യകളുടെ തുക 30 ആയിരിക്കും

$$6 + 7 + 8 + 9 = 30$$

ഏതു പോസിറ്റീവ് സംഖ്യ എടുത്താലും ഇതു പോലെ ക്രിയ ചെയ്ത് നിസർഗ സംഖ്യകളുടെ തുകയായി എഴുതാം.

എന്നാൽ 2^nഎന്ന രൂപത്തിലുള്ള സംഖ്യകളെ ഇങ്ങനെ തുടർച്ചയായ നിസർഗ സംഖ്യകളുടെ തുകയായി എഴുതാൻ കഴിയില്ല. 1, 2, 4, 8, 16, 32, ... തുടങ്ങിയ സംഖ്യകൾ 2^n എന്ന രൂപത്തിലുള്ളതാണ്.

5

ഗോൾഡൻ ട്രയാംഗിൾ

കനകചതുരങ്ങൾ പലർക്കും പരിചിതമാണ്. ഗണിത ശാസ്ത്രജ്ഞന്മാർക്കു മാത്രമല്ല കലാകാരന്മാർക്കും കൗതുകകരമാണ് ഈ ചതുരം. ചതുരങ്ങളിൽ വച്ച് ഏറ്റവും മനോഹരമാണ് കനക ചതുരം. ഇതിനെ ചതുരങ്ങളുടെ റാണി എന്നു വിളിക്കാം. കനക ചതുരം പോലെ കനക ത്രികോണവുമുണ്ടെന്ന വസ്തുത പലർക്കും അറിയില്ല. ആദ്യം കനക ചതുരം എന്തെന്ന് പറയാം. ചിത്രത്തിൽ കാണുന്ന ചതുരത്തിന്റെ നീളം x ഉം വീതി 1 ഉം എന്നു സങ്കൽപ്പിക്കാം.

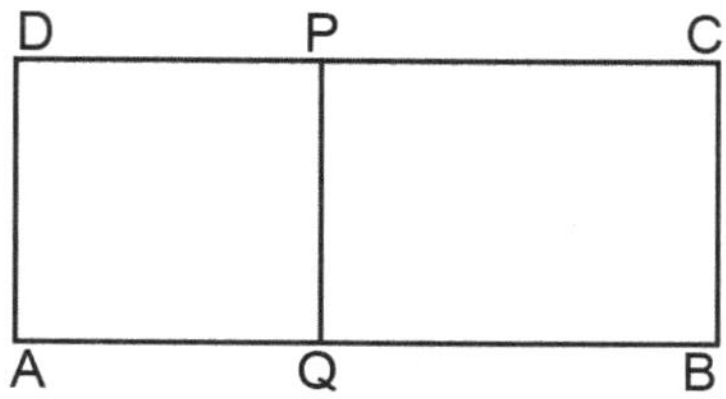

അതായത് ചതുരം ABCD യിൽ

AD = BC = 1 കൂടാതെ

AB = CD = x

PQ എന്ന രേഖ വരച്ച് ഇതിനെ ഒരു ചതുരവും സമചതുരവുമായി ഭാഗിക്കുന്നു. ചിത്രത്തിൽ AQPD ഒരു സമചതുരവും QBCP ഒരു ചതുരവും ആണ്.

കനക ചതുരത്തിൽ വലിയ ചതുരത്തിന്റെ നീളവും വീതിയും തമ്മിലുള്ള അംശബന്ധവും ചെറിയ ചതുരത്തിന്റെ നീളവും വീതിയും തമ്മിലുള്ള അംശബന്ധവും തുല്യമായിരിക്കും.

അതായത്

$$\frac{AB}{BC} = \frac{BC}{PC}$$

$$\frac{x}{1} = \frac{1}{x-1}$$

$$x(x-1) = 1$$

$$x^2 - x - 1 = 0$$

ഈ സമവാക്യം സോൾവ് ചെയ്താൽ $x = \frac{1+\sqrt{5}}{2}$ എന്നു കിട്ടും.

ഇതിന്റെ ദശാംശ രൂപം x = 1.618 എന്നാണ്. ചതുരത്തിന്റെ നീളം 1.618 ആണെങ്കിൽ വീതി 1 ആയിരിക്കും. ഇതാണ് കനകാനുപാതം. ഇതിനെ കുറിക്കാൻ ഗ്രീക്ക് ഭാഷയിലെ ϕ (ഫൈ) എന്ന അക്ഷരം ഉപയോഗിക്കുന്നു.

ഇനിയും QBCP എന്ന ചെറിയ ചതുരത്തെ സമചതുരവും ചതുരവുമായി വിഭജിച്ച് ക്രിയ തുടർന്നാലും ഇതേ കനകാനുപാതം ലഭിക്കും.

ഇനി നമുക്ക് ഗോൾഡൻ ട്രയാംഗിളിലേക്ക് മടങ്ങാം. ചിത്രത്തിൽ കാണുന്ന സമപാർശ്വ ത്രികോണത്തിന്റെ പാദകോണുകൾ 72^0 വീതമാണ്. ശീർഷം 36^0 യും.

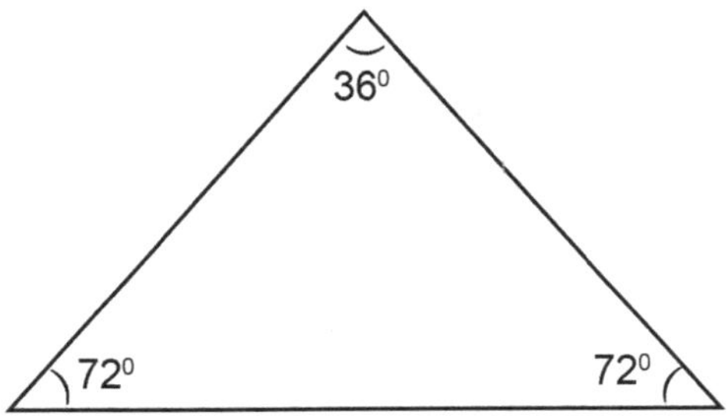

ഇനി ഇതിലെ 72^0 കോണിന്റെ സമഭാജി വരച്ച് മറ്റൊരു ത്രികോണം ഉണ്ടാക്കുന്നു. ചിത്രം കാണുക.

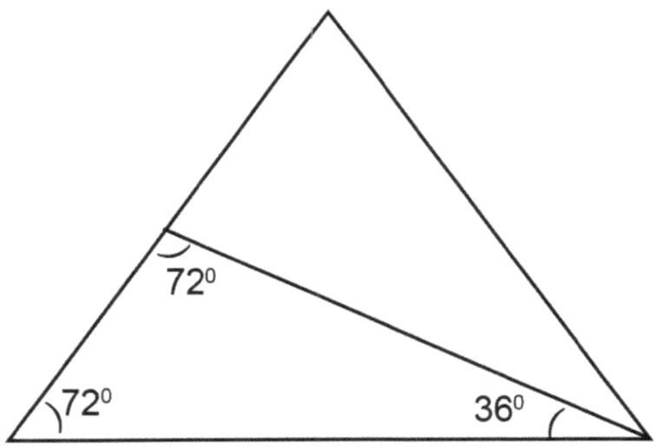

ഇപ്പോൾ കിട്ടിയ ത്രികോണത്തിലെയും (താഴെ) കോണുകൾ 72^0, 72^0, 36^0 വീതമാണെന്നു കാണാം. ആദ്യത്തെ വലിയ ത്രികോണത്തിലെയും ഇപ്പോൾ കിട്ടിയ ചെറിയ ത്രികോണത്തിലെയും കോണുകൾ തുല്യമാണ്. അതുകൊണ്ട് ത്രികോണങ്ങൾ രണ്ടും സദൃശങ്ങളായിരിക്കും. സദൃശത്രികോണങ്ങളുടെ വശങ്ങൾ അനുപാതികമായിരിക്കുമെന്ന് പഠിച്ചിട്ടുണ്ട്.

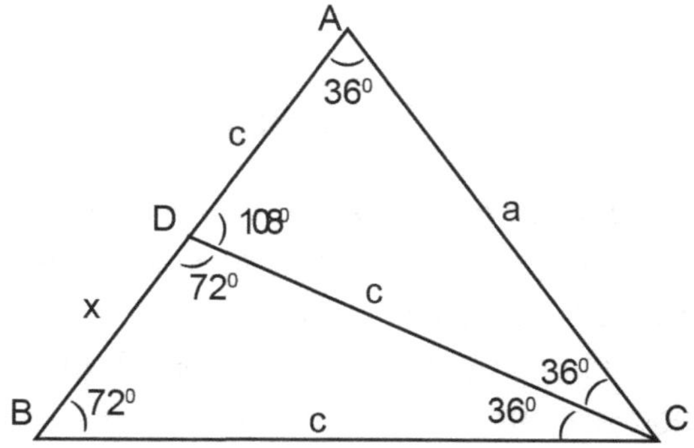

$$\frac{a}{c} = \frac{c}{x}$$

$x + c$ = a ആയതുകൊണ്ട് x = a - c

$$\frac{a}{c} = \frac{c}{a-c}$$

$$\frac{a}{c} = \frac{1}{\frac{a}{c}-1}$$

അംശത്തെയും ഛേദത്തെയും c കൊണ്ടു ഹരിച്ചു. ഇനി $\frac{a}{c}$ = y എന്നെടുത്താൽ.

$$y = \frac{1}{y-1}$$

$$y^2 - y - 1 = 0$$

ഈ സമവാക്യം സോൾവ് ചെയ്താൽ y = $\frac{1+\sqrt{5}}{2}$ എന്നു കിട്ടും. ഇതാണല്ലോ മുമ്പ് $x^2 - x - 1 = 0$ എന്ന സമവാക്യം സോൾവ് ചെയ്ത് കിട്ടിയ കനകാനുപാതവും. മുകളിൽ കണ്ട ചെറിയ ത്രികോണത്തിലെ 72^0 യുടെ സമഭാജി വരച്ചാൽ വീണ്ടും ഗോൾഡൻ ട്രയാംഗിൾ കിട്ടും. ഇങ്ങനെ എത്ര വേണേലും തുടരാം.

ചതുരത്തിൽ നീളവും വീതിയും തമ്മിലുള്ള അംശബന്ധമാണ് ഗോൾഡൻ റേഷ്യോ. സമപാർശ്വ ത്രികോണത്തിലാവട്ടെ പാർശ്വവശവും പാദവും തമ്മിലുള്ള അംശബന്ധമാണ് ഗോൾഡൻ റേഷ്യോ.

6
മാജിക്

ഇതാ കൂട്ടുകാരെ അമ്പരപ്പിക്കാനും ഗണിതത്തിന്റെ മാസ്മരിക ലോകത്തേക്ക് കൂട്ടിക്കൊണ്ടു പോകാനും പറ്റിയ ഒരു മാജിക്.

കൂട്ടുകാരോട് ഏതെങ്കിലും ഒരു രണ്ടക്ക സംഖ്യ സങ്കൽപ്പിക്കാൻ പറയുക. പക്ഷെ രണ്ടു നിബന്ധനകൾ ഉണ്ട് പൂജ്യം വരാൻ പാടില്ല. മറ്റൊന്ന് ഒറ്റയുടെ സ്ഥാനത്തെ അക്കം പത്താം സ്ഥാനത്തേക്കാൾ ഒന്ന് കുറവായിരിക്കണം. ചുരുക്കിപ്പറഞ്ഞാൽ 54, 32, 76, 87 എന്നിങ്ങനെയുള്ള സംഖ്യകളിൽ ഒന്നായിരിക്കണം സങ്കൽപ്പിക്കേണ്ടത്.

കൂട്ടുകാർ 76 സങ്കൽപ്പിച്ചു എന്നു കരുതുക. ഇനി 76 ഉം അത് തിരിച്ചിട്ട് കിട്ടുന്ന 67 ഉം കൂടി ഗുണിക്കാൻ പറയുക. 5092 കിട്ടും. ഇനി ഗുണനഫലത്തിൽ നിന്ന് 10 കുറയ്ക്കട്ടെ. 5092-10 = 5082.

അവസാനമായി കുറച്ചു കിട്ടിയ സംഖ്യയെ ആദ്യം സങ്കൽപ്പിച്ച സംഖ്യയിലെ ചെറിയ അക്കം കൊണ്ട് അതായത് 76 ലെ 6 കൊണ്ടു ഹരിക്കാൻ പറയുക. 5082 നെ 6 കൊണ്ടു ഹരിച്ചാൽ 847 കിട്ടും.

ഈ 847 മാത്രമാണ് കൂട്ടുകാർ നിങ്ങളോട് പറയുന്നത്. കേൾക്കുന്ന മാത്രയിൽ തന്നെ കൂട്ടുകാർ സങ്കൽപ്പിച്ച സംഖ്യ നിങ്ങൾ വിളിച്ചു പറയും എങ്ങനെ?

അതാണ് മാജിക്. കൂട്ടുകാർ പറഞ്ഞ 847 ന്റെ അവസാനത്തെ 7 ഉം അതിൽ നിന്ന് 1 കുറച്ചു കിട്ടുന്ന 6 ഉം ചേർന്നാൽ 76 കിട്ടും. അതാണല്ലോ ഉത്തരം. കൂട്ടുകാർ ഹരണഫലം 605 എന്നു പറഞ്ഞാൽ നിങ്ങൾ പറയേണ്ടത് 54. കൂട്ടുകാർക്ക് കിട്ടിയത് 484 ആണെങ്കിൽ നിങ്ങൾ പറയേണ്ട ഉത്തരം 43.

നന്നായി പരിശീലച്ചിട്ട് കൂട്ടുകാരുടെ മുന്നിൽ അവതരിപ്പിച്ച് മിടുക്ക് കാട്ടുക.

7
സമപാർശ്വത്രികോണം

ഒരു ത്രികോണത്തിലെ ഏതെങ്കിലും രണ്ട് വശങ്ങൾ തുല്യമായാൽ അത് സമപാർശ്വത്രികോണം ആണ്. ഇങ്ങനെയുള്ള ത്രികോണങ്ങളുടെ പരപ്പളവ് കാണാൻ രണ്ടു മാർഗങ്ങൾ നിങ്ങൾ പഠിച്ചിട്ടുണ്ട്. നമുക്ക് ഒരുദാഹരണം പരിശോധിക്കാം.

ഒരു ത്രികോണത്തിന്റെ വശങ്ങൾ 10cm, 10cm, 12cm വീതമാണെങ്കിൽ അതിന്റെ പരപ്പളവെന്ത്?

Method 1

ഒരു സമപാർശ്വ ത്രികോണത്തിന്റെ ഉന്നതി വരച്ചാൽ അത് ത്രികോണത്തെ രണ്ടു തുല്യ മട്ടത്രികോണങ്ങളായി ഭാഗിക്കുമെന്ന് നിങ്ങൾ പഠിച്ചിട്ടുണ്ട്. ചിത്രം കാണുക.

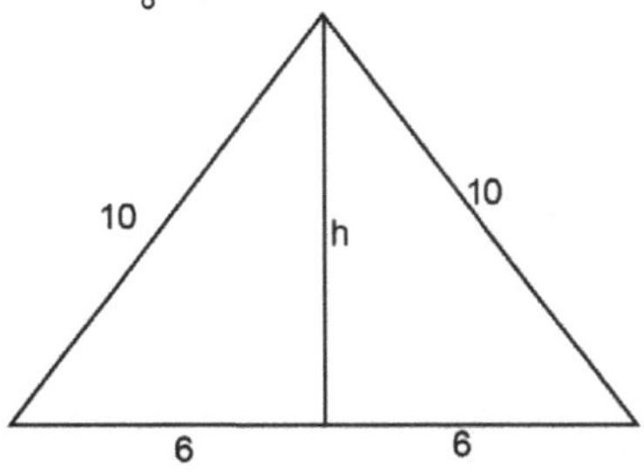

രണ്ട് മട്ടത്രികോണങ്ങളിൽ ഏതെങ്കിലും ഒന്നിൽ നിന്ന് പൈഥഗോറസ് സിദ്ധാന്തം ഉപയോഗിച്ച് ഉന്നതി കണക്കാക്കാം.

$$6^2 + h^2 = 10^2$$
$$36 + h^2 = 100$$
$$h^2 = 100 - 36$$
$$h^2 = 64$$
$$h = 8$$

ഇനി $\frac{1}{2}bh$ ഉപയോഗിച്ച് പരപ്പളവ് കാണാം.

പരപ്പളവ് $= \frac{1}{2}bh$

$= \frac{1}{2}bh\ 12 \times 8$

$= 48\ cm^2$

Method 2

മൂന്നു വശങ്ങളുടേയും നീളങ്ങൾ തന്നിട്ടുള്ളതു കൊണ്ട് ഹെറോൺസ് ഫോർമുല ഉപയോഗിച്ചും പരപ്പളവ് കാണാം.

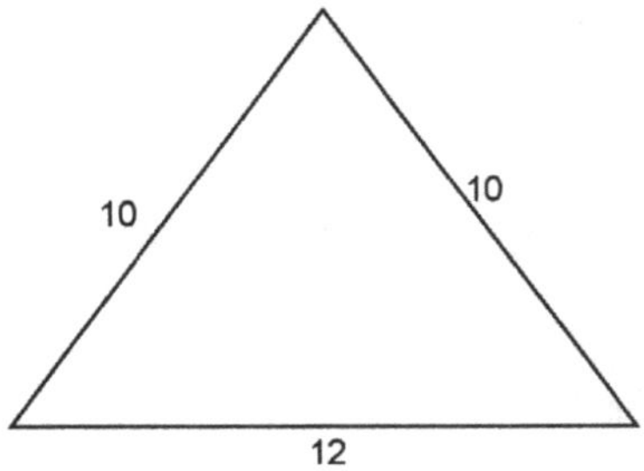

$$s = \text{ചുറ്റളവിന്റെ പകുതി}$$
$$= \frac{10+10+12}{2}$$
$$= \frac{32}{2}$$
$$= 16$$

$$s - a = 16 - 10$$
$$= 6$$
$$s - b = 16 - 10$$
$$= 6$$
$$s - c = 16 - 12$$
$$= 4$$
$$\text{പരപ്പളവ്} = \sqrt{s(s-a)(s-b)(s-c)}$$
$$= \sqrt{16 \times 6 \times 6 \times 4}$$
$$= 4 \times 6 \times 2$$
$$= 48 \text{ cm}^2$$

Method 3

മുകളിൽ സൂചിപ്പിച്ച രണ്ടു മാർഗങ്ങൾ കൂടാതെ സമപാർശ്വത്രികോണത്തിന്റെ പരപ്പളവ് കാണാൻ ഒരു പുതിയ വാക്യം കൂടി ഉണ്ട്.

$$\text{പരപ്പളവ്} = \frac{b}{4}\sqrt{4a^2 - b^2}$$

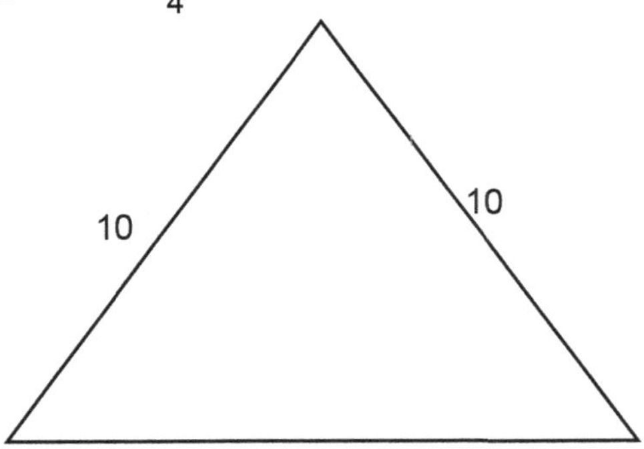

a പാർശ്വ വശത്തെയും b പാദവശത്തെയും കുറിക്കുന്നു. ഇവിടെ a = 10 cm, b = 12 cm.

$$\text{പരപ്പളവ്} = \frac{b}{4}\sqrt{4a^2 - b^2}$$

$$= \frac{12}{4}\sqrt{4 \times 100 - 144}$$
$$= 3\sqrt{400 - 144}$$
$$= 3\sqrt{256}$$
$$= 3 \times 16$$
$$= 48 \text{ cm}^2$$

കൂടുതൽ ഉദാഹരണങ്ങൾ എടുത്ത് പുതിയ സമവാക്യം പരിശീലിക്കുക.

8

മാജിക്

മറ്റൊരു മാജിക് പഠിക്കാം

കൂട്ടുകാർ അവർക്കിഷ്ടമുള്ള ഒരു മൂന്നക്ക സംഖ്യ എഴുതട്ടെ. 852 എഴുതി എന്ന് സങ്കൽപ്പിക്കുക. ഇനി ആ സംഖ്യ വിപരീതക്രമത്തിൽ എഴുതുക. 258 എന്നു വരും. ആദ്യത്തെ സംഖ്യയും അക്കങ്ങൾ തിരിച്ചെഴുതിയ സംഖ്യയും തമ്മിൽ കുറയ്ക്കുക. വലിയ സംഖ്യ ഏതോ അതിൽ നിന്നു വേണം കുറയ്ക്കാൻ. ഇവിടെ 852 ൽ നിന്ന് 258 കുറച്ചാൽ 594 കിട്ടും.

ഇങ്ങനെ കുറച്ചു കിട്ടുന്ന ഉത്തരം നിങ്ങൾ വിളിച്ചു പറയും. എങ്ങനെ? അതാണ് മാജിക്.

കൂട്ടുകാർ എഴുതിയ മൂന്നക്ക സംഖ്യയിലെ ആദ്യത്തെയും അവസാനത്തെയും അക്കങ്ങൾ തമ്മിലുള്ള വ്യത്യാസം ചോദിച്ചറിയുക. നമ്മൾ പരിശോധിച്ച ഉദാഹരണത്തിൽ ഈ വ്യത്യാസം 6 ആണ്. വ്യത്യാസം 6 ആണെങ്കിൽ 600 ൽ നിന്ന് 6 കുറയ്ക്കുന്നതായിരിക്കും ഉത്തരം. 600–6 = 594.

ഒരു ഉദാഹരണം കൂടി പരിശോധിക്കാം. ആദ്യം സങ്കൽപിക്കുന്നത് 189 ആണെന്നിരിക്കട്ടെ. തിരിച്ച് എഴുതിയാൽ 981 കിട്ടും. ഇനി വ്യത്യാസം കാണണം. 981–189 = 792.

സങ്കൽപ്പിച്ച മൂന്നക്കസംഖ്യയിലെ ആദ്യത്തെയും അവസാനത്തെയും അക്കങ്ങൾ തമ്മിലുള്ള വ്യത്യാസം 8. അപ്പോൾ 800 ൽ നിന്ന് 8 കുറയ്ക്കുന്നതായിരിക്കും ഉത്തരം. 800–8 = 792.

അക്കങ്ങൾ തമ്മിലുള്ള വ്യത്യാസം 5 എങ്കിൽ 500 ൽ നിന്ന് 5 കുറയ്ക്കുന്നതായിരിക്കും ഉത്തരം. വ്യത്യാസം 7 എങ്കിൽ 700 ൽ നിന്ന് 7 കുറയ്ക്കണം.

കൂടുതൽ ഉദാഹരണങ്ങൾ എടുത്ത് മാജിക് ശരിയാവുന്നുണ്ടോ എന്ന് പരിശോധിക്കുക.

9

സമഭുജത്രികോണം

മൂന്ന് വശങ്ങളും തുല്യമായി വരുന്ന ത്രികോണമാണ് സമഭുജത്രികോണം. ഒരു വശത്തിന്റെ നീളമറിഞ്ഞാൽ സമഭുജത്രികോണത്തിന്റെ ഉന്നതിയും പരപ്പളവും കാണാൻ നിങ്ങൾ പഠിച്ചിട്ടുണ്ട്.

6 cm വശമുള്ള ഒരു സമഭുജത്രികോണത്തിന്റെ ഉന്നതി എന്ത്?

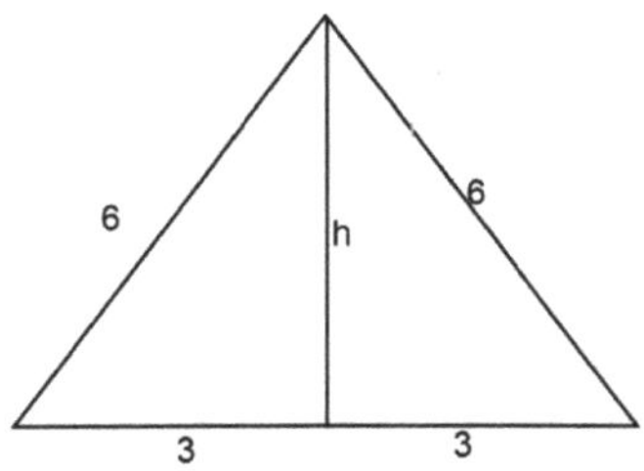

ഉന്നതി $= \frac{\sqrt{3}a}{2}$

$= \frac{\sqrt{3} \times 6}{2}$

$= 3\sqrt{3}$ cm

10 cm വശമുള്ള ഒരു സമഭുജത്രികോണത്തിന്റെ പരപ്പളവെന്ത്?

പരപ്പളവ് $= \frac{\sqrt{3}a^2}{4}$

$= \frac{\sqrt{3} \times 10 \times 10}{4}$

$= 25\sqrt{3}$ cm^2

പരപ്പളവ് കാണാൻ പുതിയ ഒരു വാക്യം പഠിക്കാം. ത്രികോണത്തിന്റെ വശം തന്നിട്ടില്ല. ഉന്നതിയാണ് തന്നിരിക്കുന്നതെന്ന് കരുതുക.

ഒരു സമഭുജത്രികോണത്തിന്റെ ഉന്നതി $5\sqrt{3}$ cm ആയാൽ അതിന്റെ പരപ്പളവെന്ത്?

പരപ്പളവ് $= \frac{h^2}{\sqrt{3}}$

$= \frac{5\sqrt{3} \times 5\sqrt{3}}{\sqrt{3}}$

$$= \frac{5 \times 5 \times \sqrt{3} \times \sqrt{3}}{\sqrt{3}}$$

$$= 5 \times 5 \times \sqrt{3}$$

$$= 25\sqrt{3}\ cm^2$$

ഒരു സമഭുജത്രികോണത്തിന്റെ ഉന്നതി $3\sqrt{3}$ cm. അതിന്റെ പരപ്പളവ് എന്ത്?

$$\text{പരപ്പളവ്} = \frac{h^2}{\sqrt{3}}$$

$$= \frac{3\sqrt{3} \times 3\sqrt{3}}{\sqrt{3}}$$

$$= \frac{3 \times 3 \times \sqrt{3} \times \sqrt{3}}{\sqrt{3}}$$

$$= 3 \times 3 \times \sqrt{3}$$

$$= 9\sqrt{3}\ cm^2$$

10

പതിനൊന്ന്

ഒട്ടേറെ പ്രത്യേകതകളുള്ള ഒരു സംഖ്യയാണ് പതിനൊന്ന്. ഗുണിക്കാനും ഹരിക്കാനും കൂട്ടാനും കുറയ്ക്കാനുമൊക്കെ 11 ന് അതിന്റേതായ എളുപ്പവഴികൾ ഉണ്ട്.

ഇവിടെ 11 ന്റെ സങ്കലനത്തിലെ ഒരു പ്രത്യേകതയാണ് ചൂണ്ടി കാണിക്കുന്നത്.

ഇഷ്ടമുള്ള ഒരു നാലക്ക സംഖ്യ എഴുതുന്നു. 3654 എന്നിരിക്കട്ടെ. ഇനി അത് വിപരീത ക്രമത്തിൽ എഴുതണം. 4563 എന്ന് കിട്ടും. ഈ രണ്ട് സംഖ്യകളും കൂടി കൂട്ടി നോക്കാം.

```
  3 6 5 4
  4 5 6 3
  -------
  8 2 1 7
```

8217 നെ 11 കൊണ്ട് നിശേഷം ഹരിക്കാം. മറ്റൊരു രീതിയിൽ പറഞ്ഞാൽ 8217, 11 ന്റെ ഒരു ഗുണിതമാണ്.

ഇനി ഒരു ആറക്ക സംഖ്യ എടുത്ത് ഇപ്പോൾ പറഞ്ഞ ക്രിയകൾ ആവർത്തിക്കാം. സംഖ്യ 873246 എന്നിരിക്കട്ടെ. അക്കങ്ങൾ തിരിച്ചെഴുതിയാൽ 642378 എന്നു കിട്ടും. ഇനി തുക കാണാം.

```
  8 7 3 2 4 6
  6 4 2 3 7 8
  -----------
1 5 1 5 6 2 4
```

ഈ സംഖ്യയെ 11 കൊണ്ട് നിശേഷം ഹരിക്കാം. അതായത് 1515624, 11 ന്റെ ഒരു ഗുണിതമാണ്.

ഏത് സംഖ്യകൾ കൂട്ടിയാലും ഇത് ശരിയാകുമോ? ആവുകയില്ല. സംഖ്യയിലെ അക്കങ്ങളുടെ എണ്ണം ഇരട്ടയായിരിക്കണം. മറ്റൊരു രീതിയിൽ പറഞ്ഞാൽ സംഖ്യയിലെ അക്കങ്ങളുടെ എണ്ണം 2, 4, 6, 8 എന്നിങ്ങനെ ഇരട്ട സംഖ്യയായാൽ സംഖ്യയുടേയും അത് വിപരീത ക്രമത്തിൽ എഴുതുന്ന സംഖ്യയുടേയും തുക 11 ന്റെ ഒരു ഗുണിതമായിരിക്കും.

11

കുറഞ്ഞദൂരം

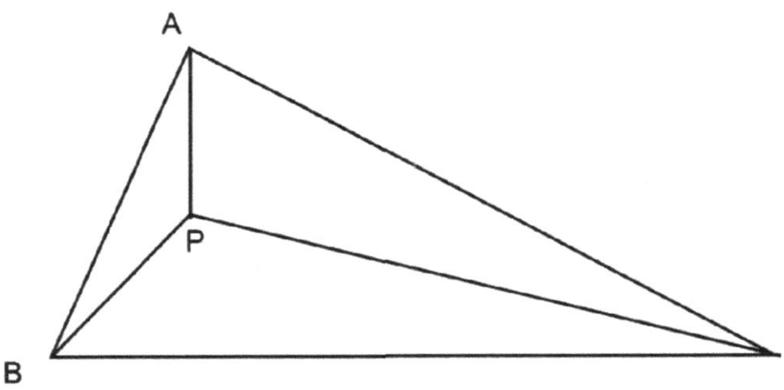

ABC എന്ന ത്രികോണത്തിന്റെ അന്തർഭാഗത്തുള്ള ഒരു ബിന്ദുവാണ് P. P യിൽ നിന്നും ത്രികോണത്തിന്റെ മൂന്നു ശീർഷങ്ങളിലേക്കുമുള്ള അകലമാണ് PA, PB, PC ഇവ. ഈ അകലങ്ങളുടെ തുക അതായത് PA + PB + PC ഏറ്റവും ചെറുതാകണമെങ്കിൽ P യുടെ സ്ഥാനം എവിടെയായിരിക്കണം?

തന്നിരിക്കുന്ന ത്രികോണത്തിന്റെ ഓരോ വശവും പാദമായി ഓരോ സമഭുജ ത്രികോണം വരയ്ക്കുക.

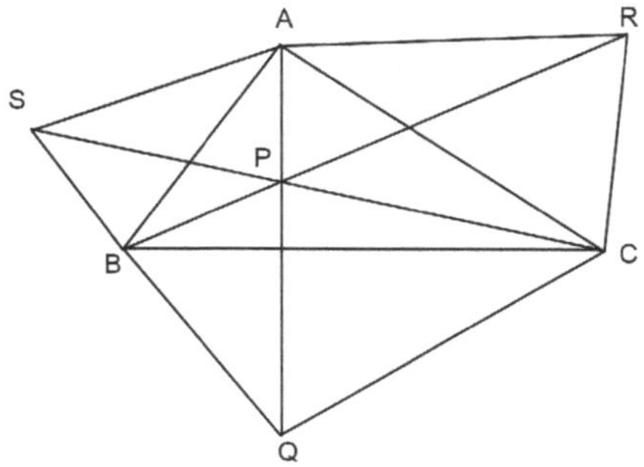

ABS, BCQ, ACR ഇവയെല്ലാം സമഭുജത്രികോണങ്ങളാണ്. ഇനി AQ, BR, CS ഇവ യോജിപ്പിക്കുക. ഈ രേഖകളുടെ സംഗമസ്ഥാനമായ P ആണ് ആവശ്യപ്പെട്ടിരിക്കുന്ന ബിന്ദു. ത്രികോണത്തിന്റെ A, B, C എന്നീ ശീർഷങ്ങളിലേക്കുള്ള അകലങ്ങളുടെ തുക ഏറ്റവും ചെറുതാകുന്നത് P യിൽ നിന്നു വരയ്ക്കുമ്പോഴാണ്.

Pയ്ക്ക് രണ്ടു പ്രത്യേകതകളുണ്ട്. ഒന്ന്, P ത്രികോണത്തിന്റെ ഹ്രസ്വ ദൂര ബിന്ദുവാണ് (minimum - distance point) രണ്ട്, P യിലെ മൂന്നു കോണുകളും തുല്യമാണ്. ഓരോന്നും 120^0 വീതം.

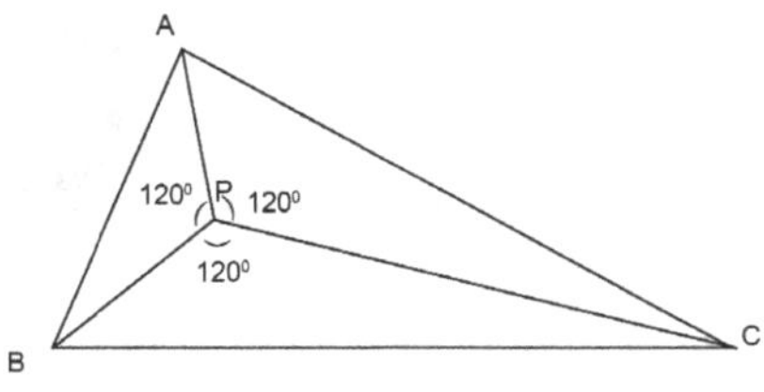

അതുകൊണ്ട് P ത്രികോണത്തിന്റെ സമകോൺ ബിന്ദുവാണ്. (equi angular point). ഫ്രഞ്ച് ഗണിത ശാസ്ത്രജ്ഞനായിരുന്ന ഫെർമയുടെ പേരിലാണ് ഈ ബിന്ദു അറിയപ്പെടുന്നത്. P യ്ക്ക് ഫെർമ ബിന്ദു (Fermat point) എന്നാണ് പേര്.

Pierre de Fermat
(1601 - 1665)

12

അകലം ഉന്നതിയ്ക്കു തുല്യം

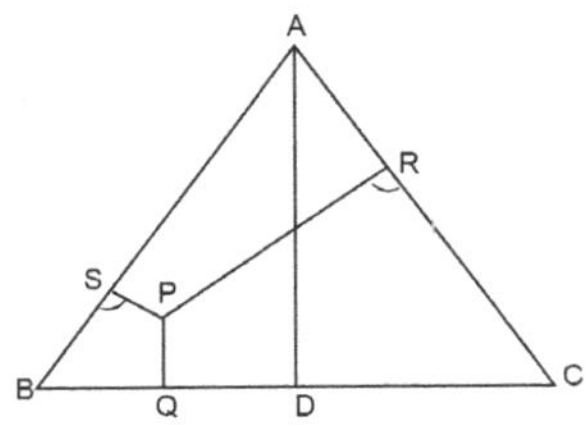

ABC എന്ന സമഭുജത്രികോണത്തിലെ ഏതെങ്കിലുമൊരു ബിന്ദുവാണ് P. ഈ ബിന്ദുവിൽ നിന്നും ത്രികോണത്തിന്റെ വശങ്ങളിലേക്ക് ലംബങ്ങൾ വരച്ചിരിക്കുന്നു. ഈ ലംബങ്ങളുടെ തുക അതായത് PQ + PR + PS ത്രികോണത്തിന്റെ ഉന്നതിയ്ക്കു തുല്യമായിരിക്കും.

$$PQ + PR + PS = AD$$

ഈ സിദ്ധാന്തം കണ്ടുപിടിച്ചത് ഇറ്റാലിയൻ ഗണിത ശാസ്ത്രജ്ഞനും ഗലീലിയോയുടെ ശിഷ്യനുമായിരുന്ന വിൻസെൻസോവിവിയാനി (Vincenzo Viviani 1622 - 1703) ആണ്.

Vincenzo Viviani
1622 - 1703

13

അമേരിക്കൻ പ്രസിഡന്റും പൈഥഗോറസ് സിദ്ധാന്തവും

പൈഥഗോറസ് സിദ്ധാന്തത്തിന് ഏതാണ്ട് 400 ൽ അധികം തെളിവുകൾ കണ്ടു പിടിച്ചിട്ടുണ്ട്. അതിലൊന്ന് അമേരിക്കയുടെ 20-ാം പ്രസിഡന്റായിരുന്ന ജയിംസ് ഗാർഫീൽഡിന്റെ (James A. Garfield) സംഭാവനയാണ്. അദ്ദേഹം അവതരിപ്പിച്ച തെളിവ് ചുവടെ ചേർക്കുന്നു.

James A Garfield
1831 - 1881

ABC, CDE ഇവ രണ്ടു മട്ടത്രികോണങ്ങളാണ്. രണ്ടു ത്രികോണങ്ങളും സർവ സമങ്ങളാണ്. അതായത് അവയുടെ വശങ്ങളും കോണുകളും തുല്യം.

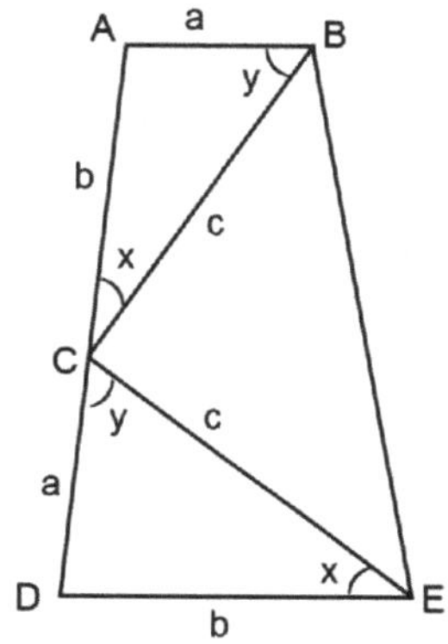

BE യോജിപ്പിച്ചാൽ ചിത്രം ഒരു ലംബകമാകും. x+y = 90 ആയതു കൊണ്ട് C യിൽ ശേഷിക്കുന്ന കോൺ 90^0 ആയിരിക്കും. അപ്പോൾ BCE ഒരു മട്ടത്രികോണമാണ്. നമുക്ക് ലംബകം ABED യുടെ പരപ്പളവ് കാണാം.

പരപ്പളവ് $= \frac{1}{2}(AB + DE)\,AD$

$= \frac{1}{2}(a + b)(a + b)$

$= \frac{1}{2}(a^2 + 2ab + b^2)$ -------- (A)

ഇനി മൂന്നു മട്ടത്രികോണങ്ങളുടെയും കൂടി പരപ്പളവ് കണ്ടുപിടിക്കണം. അത് ലംബകത്തിന്റെ പരപ്പളവിന് തുല്യമായിരിക്കും.

ത്രികോണങ്ങളുടെ പരപ്പളവുകളുടെ തുക

$= \frac{1}{2}ab + \frac{1}{2}ab + \frac{1}{2}c^2$ -------- (B)

A യും B യും തുല്യമാണ്.

$$\frac{1}{2}(a^2 + 2ab + b^2) = \frac{1}{2}(ab + ab + c^2)$$

$$a^2 + 2ab + b^2 = ab + ab + c^2$$

$$a^2 + 2ab + b^2 = 2ab + c^2$$

$$a^2 + b^2 = c^2$$

ഇതാണല്ലോ പൈഥഗോറസ് സിദ്ധാന്തം.

14

ബഹുഭുജങ്ങളുടെ വികർണങ്ങൾ

ചുവടെ കാണുന്ന ഓരോ ബഹുഭുജത്തിലും എത്ര വികർണങ്ങൾ വീത മുണ്ടെന്ന് പരിശോധിച്ച് നോക്കുക.

മൂന്ന് വശങ്ങളുള്ള ബഹുഭുജ ത്തിന് വികർണങ്ങൾ ഇല്ല.

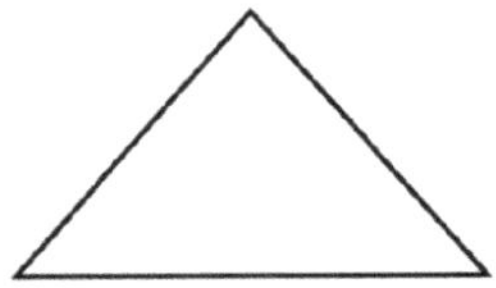

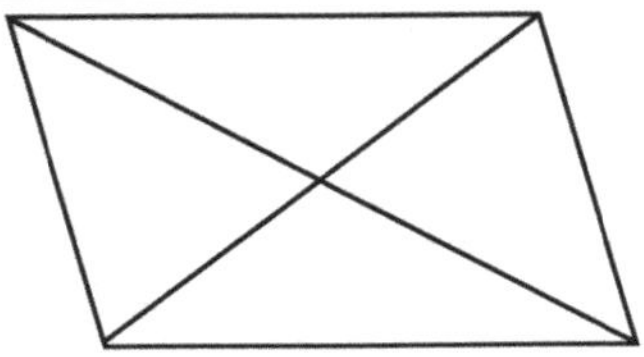

നാല് വശങ്ങളുള്ള ബഹുഭുജ ത്തിന് ആകെ രണ്ടു വികർണങ്ങൾ.

അഞ്ച് വശങ്ങളുള്ള ബഹു ഭുജത്തിന് ആകെ അഞ്ച് വികർണങ്ങൾ.

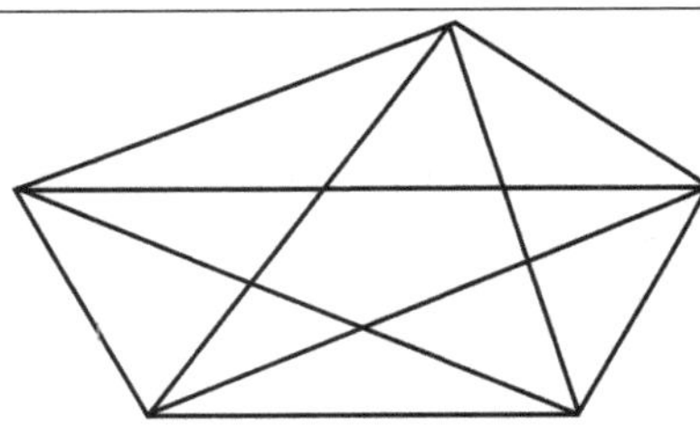

ഇങ്ങനെ തുടർന്നാൽ ലഭിക്കുന്ന വിവരങ്ങൾ പട്ടികയായി ചുവടെ ചേർത്തിരിക്കുന്നു.

വശങ്ങൾ	വികർണങ്ങൾ
3	0
4	2
5	5
6	9
7	14
8	20
. . .	. . .
n	$\frac{n(n-3)}{2}$

അതായത് n വശങ്ങളുള്ള ഒരു ബഹുഭുജത്തിലെ വികർണ്ണങ്ങളുടെ എണ്ണം $\frac{n}{2}(n - 3)$ആയിരിക്കും.

15

ഡിസ്കുകളുടെ ക്രമീകരണം

ചുവടെയുള്ള ചിത്രം കാണുക. ആകെ അഞ്ചു കളങ്ങളുണ്ട്. നാലു കളങ്ങളിൽ രണ്ടു നിറങ്ങളിലുള്ള ഡിസ്കുകൾ വച്ചിരിക്കുന്നു. A, B ഇവയ്ക്ക് ഒരു നിറം. C, D ഇവയ്ക്ക് മറ്റൊരു നിറം. നടുക്കുള്ള കളം ഒഴിച്ചിട്ടിരിക്കുന്നു.

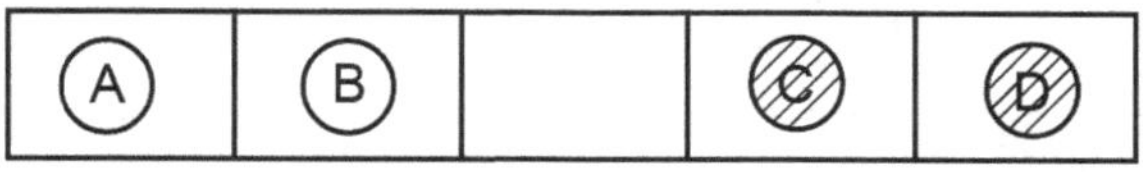

ഡിസ്കുകൾ ഇതേ ക്രമത്തിൽ സ്ഥാനം മാറ്റണമെങ്കിൽ ഏറ്റവും കുറഞ്ഞത് എത്ര നീക്കങ്ങൾ നടത്തണമെന്നുള്ളതാണ് നമ്മുടെ ചോദ്യം. നീക്കങ്ങൾ നടത്തുന്നതിന് നിബന്ധനകളുണ്ട്. A, B അതേ ക്രമത്തിൽ വലതു ഭാഗത്തും. C, D ഇവ അതേ ക്രമത്തിൽ ഇടതു ഭാഗത്തും വരണം. ഒരു തവണ ഒരു ഡിസ്കു മാത്രമേ നീക്കാവൂ. തൊട്ടു വലതു വശത്തോ ഇടതു വശത്തോ ഒഴിവുള്ള കളമുണ്ടെങ്കിൽ ഡിസ്ക് നീക്കാം. അതു പോലെ ഇടത്തോ വലത്തോ ഒരു ഡിസ്ക് മറികടന്നു ചെന്നാൽ ഒഴിവുണ്ടെങ്കിൽ അങ്ങോട്ടും നീക്കാം.

ശ്രമിച്ചു നോക്കുക. ഏറ്റവും കുറഞ്ഞത് 8 നീക്കങ്ങളില്ലാതെ ഡിസ്കുകൾ പരസ്പരം സ്ഥാനം മാറ്റാൻ കഴിയില്ലെന്നു കാണാം.

ഇനി മറ്റൊരു ചിത്രം കാണുക.

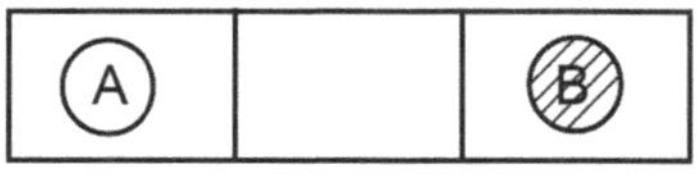

ഇവിടെ രണ്ടു ഡിസ്കുകൾ മാത്രമേയുള്ളു. അവ പരസ്പരം സ്ഥാനം മാറ്റണം. മാറ്റി നോക്കൂ, ഏറ്റവും കുറഞ്ഞ നീക്കങ്ങളുടെ എണ്ണം 3 ആണെന്നു കാണാം.

ഇനി മൂന്നു ഡിസ്കുകൾ വീതമുണ്ടെങ്കിലോ? ചിത്രത്തിൽ രണ്ടു നിറങ്ങളിലായി മൂന്നു വീതം. 6 ഡിസ്കുകൾ. നടുക്കുള്ള കളം ഒഴിച്ചിട്ടിരിക്കുന്നു. ഇവിടെ 15 നീക്കങ്ങൾ കഴിഞ്ഞേ ഡിസ്കുകൾ സ്ഥാനം മാറ്റാൻ കഴിയൂ എന്നു കാണാം.

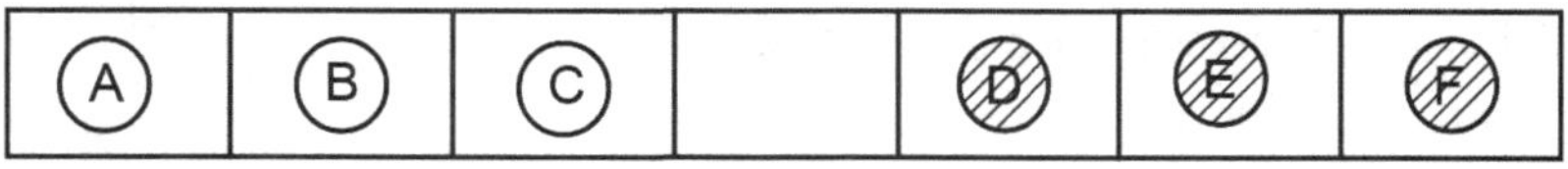

ഇനി n ഡിസ്കുകൾ ഉണ്ടെങ്കിൽ എത്ര നീക്കങ്ങൾ വേണമെന്ന് നമുക്ക് കണ്ടുപിടിക്കാം.

ലഭിച്ച വിവരങ്ങൾ ചുവടെ പട്ടികയായി ചേർക്കുന്നു.

അതായത് n ഡിസ്കുകൾ പരസ്പരം സ്ഥാനം മാറ്റുന്നതിനു വേണ്ട ഏറ്റവും കുറഞ്ഞ നീക്കങ്ങൾ n(n + 2) ആയിരിക്കും.

ഡിസ്ക്കുകളുടെ എണ്ണം	നീക്കങ്ങൾ
1	3
2	8
3	15
4	24
. . .	. . .
n	n(n + 2)

16
കേക്ക് മുറിക്കാം

കേക്കു മുറിക്കുന്നതിലും കണക്കുണ്ട്, കേട്ടോ. വൃത്താകൃതിയായ ഒരു കേക്ക് ഒരു വെട്ടു കൊണ്ട് 2 കഷണങ്ങളാക്കാം.

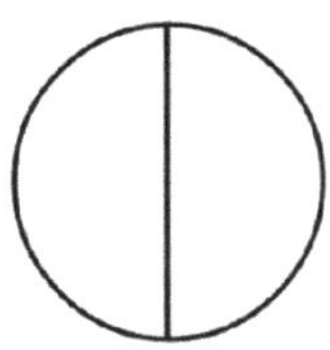

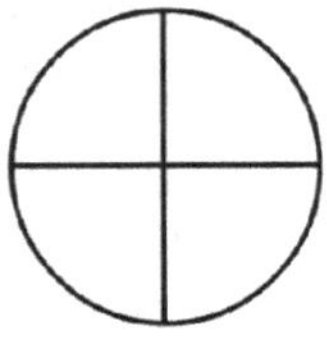

2 വെട്ടു കൊണ്ട് പരമാവധി 4 കഷണങ്ങൾ കിട്ടും.

എന്നാൽ 3 വെട്ടുകൊണ്ട് പരമാവധി എത്ര കഷണങ്ങൾ കിട്ടുമെന്നു പറയാമോ? ഉത്തരം 6 അല്ല, 7 ആണ് ചിത്രം കാണുക.

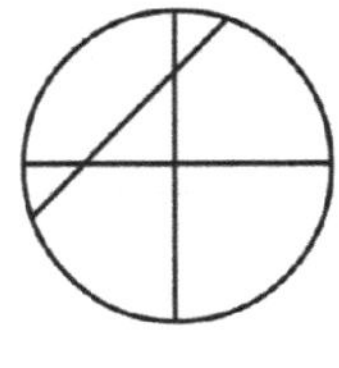

ഇനി 4 വെട്ടുകൊണ്ട് എത്ര കഷണങ്ങൾ കിട്ടു മെന്നു കണ്ടു പിടിക്കുന്നത് നല്ല ഒരു പഠന പ്രവർത്ത നമായിരിക്കും. വരച്ചു നോക്കുക. പക്ഷെ കേക്കു തിന്നുന്ന അത്ര എളുപ്പമല്ല കഷണങ്ങൾ എണ്ണുന്നത്. ശരിക്കു വരച്ചാൽ പരമാവധി കഷണങ്ങൾ 11 എന്നു കിട്ടും. ചിത്രം കാണുക.

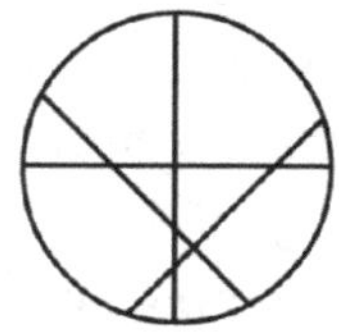

ഇങ്ങനെ കിട്ടുന്ന കഷണങ്ങളുടെ എണ്ണം ഒരു ശ്രേണിയാക്കി എഴുതാം.

2, 4, 7, 11, 16, 22, 29, 37, ... എന്നു കിട്ടും.

ഈ ശ്രേണിയുടെ n–ാം പദം കണ്ടുപിടിക്കാമോ? $a_n = \frac{1}{2}(n^2 + n + 2)$ എന്നു കിട്ടും. ഈ വാക്യത്തിൽ n ന് 1, 2, 3, ... എന്നിങ്ങനെ (വെട്ടുകളുടെ എണ്ണം) വില കൊടുത്താൽ കഷണങ്ങളുടെ എണ്ണം റെഡി.

10 വെട്ടിനു കിട്ടുന്ന കഷണങ്ങളുടെ പരമാവധി എണ്ണം കണ്ടുപിടിക്കുന്നതിങ്ങനെ.

$$a_n = \frac{1}{2}(n^2 + n + 2)$$

$$a_{10} = \frac{1}{2}(10^2 + 10 + 2)$$

$$a_{10} = \frac{1}{2}(100 + 10 + 2)$$

$$a_{10} = \frac{1}{2}\ 112$$

$$a_{10} = 56$$

10 വെട്ടുകൊണ്ട് 56 കഷണങ്ങൾ കിട്ടും.

17

കാപ്രേക്കർ സംഖ്യ
(KAPREKAR'S CONSTANT)

ഭാരതീയനായ D.R കാപ്രേക്കർ കണ്ടുപിടിച്ച അതി വിശിഷ്ടമായ ഒരു സംഖ്യയെപ്പറ്റി പറയാം. 6174 ആണ് ആ സംഖ്യ.

D.R. Kaprekar
(1905 - 1986)

എന്താണ് ഈ സംഖ്യയുടെ പ്രത്യേകത? ഒരുദാഹരണത്തിലൂടെ ഇത് വ്യക്തമാക്കാം. ഏതെങ്കിലും ഒരു നാലക്ക സംഖ്യ എഴുതുക. 3425 എഴുതി എന്ന് കരുതുക.

എന്നിട്ട് ഈ സംഖ്യയിലെ അക്കങ്ങൾ അവരോഹണ ക്രമത്തിൽ എഴുതണം. 5432 എന്നാകും. ഇനി ഇത് വിപരീത ക്രമത്തിൽ എഴുതണം. 2345 കിട്ടും. ഈ രണ്ടു സംഖ്യകൾ തമ്മിലുള്ള വ്യത്യാസം കാണുക. 5432 − 2345 = 3087.

ഇനി 3087 ലെ അക്കങ്ങൾ അവരോഹണക്രമത്തിൽ എഴുതുക. 8730 കിട്ടും. തിരിച്ച് എഴുതിയാൽ സംഖ്യ 0378. തമ്മിൽ കുറയ്ക്കുക. 8730 − 0378 = 8352.

ക്രിയ തുടരണം. 8352 നെ അവരോഹണ ക്രമത്തിൽ എഴുതിയാൽ 8532 ആകും. ഇതിന്റെ വിപരീതം 2358. തമ്മിൽ കുറച്ചാൽ 8532 − 2358 = 6174.

ഇനി ക്രിയ എത്ര ആവർത്തിച്ചാലും 6174 തന്നെ ഉത്തരം കിട്ടും. ചുരുക്കി പറഞ്ഞാൽ ഏതൊരു നാലക്ക സംഖ്യയും മുകളിൽ പറഞ്ഞ ക്രിയകളിലൂടെ 6174 ൽ എത്തിച്ചേരും.

ഒരുദാഹരണം കൂടി പരിശോധിക്കാം. സംഖ്യ 6749 എന്നിരിക്കട്ടെ. വിവരണങ്ങൾ ഒഴിവാക്കി ക്രിയകൾ മാത്രം ചുവടെ കാണിച്ചിരിക്കുന്നു.

(1) 9764 − 4679 = 5085

(2) 8550 − 0558 = 7992

(3) 9972 − 2799 = 7173

(4) 7731 − 1377 = 6354

(5) 6543 − 3456 = 3087

(6) 8730 − 0378 = 8352

(7) 8532 − 2358 = 6174

6174 ൽ തന്നെ വന്നു നിൽക്കുന്നു. കൂടുതൽ ഉദാഹരണങ്ങൾ എടുത്ത് പരിശോധന തുടരുക.

18

തിരിച്ചും മറിച്ചും

12×84 = 1008 ആണല്ലോ. 12 ഉം 84 ഉം തിരിച്ചെഴുതി ഗുണിച്ചാലും ഇതേ ഉത്തരം കിട്ടും. 21 × 48 = 1008. ഇങ്ങനെ തിരിച്ചും മറിച്ചും എഴുതിയാൽ ഗുണനഫലം തുല്യമാകുന്ന ഏതാനും സംഖ്യകൾ ചുവടെ ചേർക്കുന്നു. കുറേക്കൂടി സ്വയം കണ്ടുപിടിക്കാൻ ശ്രമിക്കുക.

$$13 \times 62 = 31 \times 26$$
$$14 \times 82 = 41 \times 28$$
$$23 \times 64 = 32 \times 46$$
$$24 \times 63 = 42 \times 36$$
$$26 \times 93 = 62 \times 39$$
$$34 \times 86 = 43 \times 68$$
$$46 \times 96 = 64 \times 69$$

19

ഒന്നിടവിട്ട സംഖ്യകൾ

ഒന്നിടവിട്ട രണ്ട് സംഖ്യകൾ എഴുതുക. ഒറ്റയോ ഇരട്ടയോ എന്നത് പ്രശ്നമല്ല. ഈ സംഖ്യകളുടെ വർഗങ്ങൾ കണ്ട് തമ്മിൽ കുറയ്ക്കുക. 69, 71 ഇവ ഒന്നിടവിട്ട സംഖ്യകൾ ആണല്ലോ. ഇവയുടെ വർഗങ്ങൾ വ്യത്യാസം കണ്ടു നോക്കാം.

$$71^2 - 69^2 = (71 + 69)(71 - 69)$$
$$= 140 \times 2$$
$$= 280$$

ഈ 280 അറിഞ്ഞാൽ ഒന്നിടവിട്ട സംഖ്യകൾ നിങ്ങൾക്ക് പറയാൻ കഴിയും. 280 നെ നാലു കൊണ്ടു ഹരിച്ചാൽ 70 കിട്ടും. ഈ 70 ന് മുകളിലും താഴെയും ഉള്ള സംഖ്യകൾ ആണ് ഉത്തരം. അതായത് 69 ഉം 71 ഉം.

ഒരുദാഹരണം കൂടി നോക്കാം. വർഗങ്ങളുടെ വ്യത്യാസം 468 കിട്ടി എന്ന് കരുതുക. ഇതിനെ നാല് കൊണ്ട് ഹരിച്ചാൽ 117 കിട്ടും. 117 ന് ഇരുവശവും ഉള്ള സംഖ്യകളാണ് ഉത്തരം. അതായത് 116, 118.

ചില ഉദാഹരണങ്ങൾ കൂടി പരിശോധിക്കാം. ഒന്നിടവിട്ട രണ്ട് സംഖ്യകളുടെ വർഗങ്ങൾ തമ്മിലുള്ള വ്യത്യാസം 60 ആയാൽ സംഖ്യകൾ ഏവ?

$$60 = 4 \times 15$$

അപ്പോൾ 15 ന് ഇരുവശവുമുള്ള സംഖ്യകൾ ആയിരിക്കും ഉത്തരം. അതായത് 14, 16.

ഒന്നിടവിട്ട രണ്ട് സംഖ്യകളുടെ വർഗങ്ങളുടെ വ്യത്യാസം 832 ആയാൽ സംഖ്യകൾ ഏവ?

$$832 = 4 \times 208$$

അപ്പോൾ 208 ന് ഇരുവശവുമുള്ള സംഖ്യകൾ ആയിരിക്കും ഉത്തരം. അതായത് 207, 209.

20

വരിയും നിരയും

ചുവടെ കൊടുത്തിരിക്കുന്ന പാറ്റേൺ ശ്രദ്ധിക്കുക. നിസർഗ സംഖ്യകൾ ത്രികോണാകൃതിയിൽ വിന്യസിച്ചിരിക്കുന്നു.

1				
2	3			
4	5	6		
7	8	9	10	
11	12	13	14	15

ഇങ്ങനെ തുടർന്നാൽ പാറ്റേണിൽ വരുന്ന ഏതു വരിയിലെ ഏതു കോളത്തിലെ സംഖ്യയും നമുക്ക് പറയാൻ കഴിയും. $\frac{1}{2} r(r-1)+c$ എന്ന വാക്യം പഠിച്ചു വയ്ക്കുക. r വരിയെയും c കോളത്തെയും കുറിക്കുന്നു.

മുകളിൽ കാണിച്ച പാറ്റേണിൽ 10–ാം വരിയിൽ 3–ാം കോളത്തിൽ വരുന്ന സംഖ്യ ഏത്?

$$r = 10$$

$$c = 3$$

$$\frac{1}{2} r(r-1)+c = \frac{1}{2} \times 10\ (10-1) + 3$$

$$= \frac{1}{2} \times 10 \times 9 + 3$$

$$= 45 + 3$$

$$= 48$$

മുകളിൽ കാണിച്ച പാറ്റേണിൽ 16-ാമത്തെ വരിയിൽ 5-ാം കോള ത്തിൽ വരുന്ന സംഖ്യ ഏത്?

$$r = 16$$
$$c = 5$$
$$\frac{1}{2} r (r - 1) + c = \frac{1}{2} \times 16 \ (16 - 1) + 5$$
$$= \frac{1}{2} \times 16 \times 15 + 5$$
$$= 8 \times 15 + 5$$
$$= 120 + 5$$
$$= 125$$

കൂടുതൽ ഉദാഹരണങ്ങൾ എടുത്ത് പരിശോധന തുടരുക.

21

ഒന്നുകൾ ആവർത്തിച്ചാൽ

ചുവടെ കൊടുത്തിരിക്കുന്ന ഉദാഹരണം ശ്രദ്ധിക്കുക. ഗണിതത്തിൽ യുക്തിചിന്തയ്ക്കു വലിയ പ്രാധാന്യമുണ്ട്. വില കൊടുത്തു ലഘൂകരി ക്കാൻ തുടങ്ങിയാൽ ഏറെ ബുദ്ധിമുട്ടുണ്ടാക്കുന്ന ഒരു ചോദ്യം എത്ര എളുപ്പം ചെയ്തിരിക്കുന്നു എന്ന് കാണുക.

a = 111 111 111 111 ആയാൽ $(a + 1)^2 \ (a - 1)^2$ ന്റെ വില എന്ത്?

$$(a + 1)^2 - (a - 1)^2 = a^2 + 2a + 1 - (a^2 - 2a + 1)$$
$$= a^2 + 2a + 1 \ a^2 + 2a - 1)$$
$$= 4a$$
$$= 444\ 444\ 444\ 444$$

22

പൂർണ വർഗം കിട്ടാൻ

തുടർച്ചയായ രണ്ട് ഒറ്റ സംഖ്യകളോ ഇരട്ട സംഖ്യകളോ എടുക്കുക. ഉദാ ഹരണത്തിന് 1, 3 എന്നീ ഒറ്റ സംഖ്യകൾ എടുക്കുന്നുവെന്ന് കരുതുക.

$$\frac{1}{1}+\frac{1}{3}=\frac{4}{3}$$

ഇപ്പോൾ കിട്ടിയ ഭിന്നസംഖ്യയുടെ അതായത് $\frac{4}{3}$ ന്റെ അംശത്തിന്റെയും ഛേദത്തിന്റെയും വർഗങ്ങൾ കൂട്ടിയാൽ മറ്റൊരു പൂർണ വർഗം കിട്ടും.

$$3^2 + 4^2 = 9 + 16$$
$$= 25$$
$$= 5^2$$

മറ്റൊരു രീതിയിൽ പറഞ്ഞാൽ 3, 4, 5 എന്നീ സംഖ്യകൾ ഒരു മട്ട ത്രികോണത്തിന്റെ വശങ്ങൾ ആയിരിക്കും.

ഇനി 3, 5 എന്നീ സംഖ്യകൾ എടുക്കാം.

$$\frac{1}{3} + \frac{1}{5} = \frac{8}{15}$$
$$15^2 + 8^2 = 225 + 64$$
$$= 289$$
$$= 17^2$$

8,15,17 ഇവ മട്ടത്രികോണത്തിന്റെ വശങ്ങൾ ആണ്. ഇനി സംഖ്യകൾ 4, 6 എന്നിങ്ങനെയാണെന്ന് ഇരിക്കട്ടെ.

$$\frac{1}{4} + \frac{1}{6} = \frac{10}{24}$$
$$= \frac{5}{12}$$
$$12^2 + 5^2 = 144 + 25$$
$$= 169$$
$$= 13^2$$

5,12,13 ഇവ മട്ടത്രികോണത്തിന്റെ വശങ്ങൾ ആണ്. ഒരു ഉദാഹരണം കൂടി ആവട്ടെ. സംഖ്യകൾ 8, 10 എന്നെടുക്കാം.

$$\frac{1}{8} + \frac{1}{10} = \frac{18}{80}$$
$$= \frac{9}{40}$$
$$40^2 + 9^2 = 1600 + 81$$
$$= 1681$$
$$= 41^2$$

9,40,41 ഇവ മട്ടത്രികോണത്തിന്റെ വശങ്ങൾ ആണ്. കൂടുതൽ സംഖ്യാ ജോടികൾ എടുത്ത് പരിശോധന തുടരുക.

23

കുസൃതിക്കണക്കുകൾ

പറഞ്ഞു പറ്റിക്കാനും പറഞ്ഞു രസിക്കാനും പറ്റിയ ചില കുസൃതിക്കണക്കുകൾ ഇതാ. ഗണിതാസ്വാദനത്തിനു വഴിയൊരുക്കുന്ന ഒറ്റമൂലികളാണു കുസൃതിക്കണക്കുകൾ എന്ന കാര്യം മറക്കണ്ട. പഠനം ആയാസരഹിതമാക്കുന്ന മധുരമിഠായികളാണവ.

1. ഒരാൾക്ക് ഭക്ഷണം കഴിക്കാൻ $\frac{1}{2}$ മണിക്കൂർ വേണം. എങ്കിൽ 4 പേർക്കു ഭക്ഷണം കഴിക്കാൻ എത്ര സമയം വേണ്ടി വരും?
2. ഒരു അച്ഛനും മകനും കൂടി 50 വയസ്സ്. എങ്കിൽ ഒരോരുത്തരുടേയും പ്രായമെന്ത്?
3. കൂട്ടിയാലും ഗുണിച്ചാലും ഒരേ ഉത്തരം കിട്ടുന്ന മൂന്നു സംഖ്യകൾ പറയാമോ?
4. രണ്ടു പേരുടെ ബാങ്കു നിക്ഷേപം ഇങ്ങനെ. ഒന്നാമന് 10 ലക്ഷം × 0 × 101 രൂപയും രണ്ടാമന് 101 ലക്ഷം × 0 × 10 രൂപയുമുണ്ട്. ആർക്കാണ് കൂടുതൽ നിക്ഷേപം?
5. 12 കുരങ്ങന്മാർ 12 മിനിറ്റുകൊണ്ട് 12 പഴം തിന്നുമെങ്കിൽ 4 കുരങ്ങന്മാർ എത്ര മിനിറ്റുകൊണ്ട് 4 പഴം തിന്നും?
6. 1089 നെ 9 കൊണ്ടു ഗുണിച്ചാൽ ഒരു മാജിക് കാണാം. എന്തെന്നു പറയാമോ?
7. ഒരു പോസ്റ്റ് കാർഡിന് 4 മൂലകളുണ്ട്. ഒരു മൂല കീറിക്കളഞ്ഞാൽ ബാക്കി എത്ര മൂലകൾ കാണും?
8. 1, 4, 9, 16, ... ഇവയാണല്ലൊ പൂർണ വർഗങ്ങൾ. 10000 വരെ ഇത്തരം എത്ര സംഖ്യകളുണ്ട്?
9. ഒരച്ഛൻ മൂത്ത മകന് 400 മീറ്റർ ചുറ്റളവുള്ള ഒരു പറമ്പ് നൽകി. രണ്ടാമത്തെ മകന് 200 മീറ്റർ ചുറ്റളവുള്ള രണ്ടു പറമ്പുകളും നൽകി. ആർക്കാണ് കൂടുതൽ കിട്ടിയത്?
10. $62\frac{1}{2}$ പവന്റെ ആഭരണങ്ങൾ ധരിച്ചു നിൽക്കുന്ന ഒരു കല്യാണപ്പെണ്ണിന്റെ ഭാരം $62\frac{1}{2}$ കിലോഗ്രാം ആണ്. വീട്ടിൽ വന്ന് ആഭരണങ്ങൾ അഴിച്ചുമാറ്റിയാൽ പെണ്ണിന് എന്തു ഭാരം കാണും?

ഉത്തരം

1. 2 മണിക്കൂർ വേണ്ട, കേട്ടോ. 4 പേരും ഒരേ സമയം ഭക്ഷണം കഴിച്ചോളും. അപ്പോൾ $\frac{1}{2}$ മണിക്കൂർ മതി.

2. ഇരുപത്തിയഞ്ചും ഇരുപത്തിയഞ്ചും എന്നുപറഞ്ഞേക്കല്ലേ! അച്ഛനും മകനും ഒരേ പ്രായം പറ്റില്ലല്ലോ.

3. $1 + 2 + 3 = 6$

   $1 \times 2 \times 3 = 6$

4. രണ്ടു പേരും കുത്തുപാള എടുത്തവരാണ്. ഏതു സംഖ്യയെ പൂജ്യം കൊണ്ടു ഗുണിച്ചാലും ഉത്തരം പൂജ്യം എന്നു പഠിച്ചിട്ടുണ്ടല്ലോ.

5. എണ്ണം കൂടുന്നതനുസരിച്ച് തിന്നാനുള്ള സമയം മാറുന്നില്ല.

കുരങ്ങന്മാർ	പഴം	സമയം
1	1	12 മി.
4	4	12 മി.
12	12	12 മി.

അതായത് 4 കുരങ്ങന്മാർക്ക് 4 പഴം തിന്നാൻ 12 മിനിറ്റു വേണം.

6. $1089 \times 9 = 9801$

   1089 വിപരീത ക്രമത്തിലെഴുതിയാൽ 9801 കിട്ടും.

7. 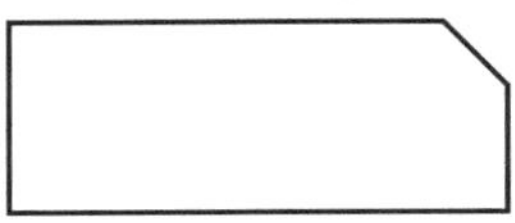

   4 ൽ നിന്ന് 1 കുറച്ചാൽ 5 കിട്ടുമെന്ന് കണ്ടല്ലോ.

8. എണ്ണി നോക്കാൻ ശ്രമിക്കല്ലേ. ദിവസങ്ങൾ വേണ്ടി വരും. $100 \times 100 = 10000$ ആയതുകൊണ്ട് 100 പൂർണ വർഗങ്ങൾ എന്ന് നിമിഷം കൊണ്ട് ഉത്തരം പറയാം.

9. $400 = 200 + 200$ ആണെങ്കിലും തുല്യമായിട്ടല്ല സ്വത്തുക്കൾ വീതിച്ചത്. മൂത്ത മകന് ലഭിച്ച പറമ്പിന്റെ പരപ്പളവ് 10000 ച.മീറ്ററും രണ്ടാമന് ലഭിച്ച രണ്ടു പറമ്പുകളുടേയും കൂടി പരപ്പളവ് 5000 ച.മീറ്ററുമാണ്. വശത്തെ വശം കൊണ്ടു ഗുണിച്ചാൽ സമചതുരത്തിന്റെ പരപ്പളവ് കിട്ടും. ക്രിയ ചെയ്തു നോക്കുക.

10. $62\frac{1}{2} - 62\frac{1}{2} = 0$. അതുകൊണ്ട് പെണ്ണിന് ഭാരമില്ല എന്നൊന്നും പറഞ്ഞേക്കരുത്. $62\frac{1}{2}$ പവൻ എന്നു പറയുന്നത് $\frac{1}{2}$ കിലോഗ്രാം ആണ്. അപ്പോൾ ആഭരണങ്ങൾ അഴിച്ചാൽ പെണ്ണിന് $62\frac{1}{2} - \frac{1}{2} = 62$ കിലോഗ്രാം ഭാരം കാണും.

24

സാധ്യതകളുടെ ഗണിതം

സാധ്യതകളുടെ ഗണിതം എന്ന ആശയം പഠിക്കുന്നതിന് സഹായകമായ ചില ചോദ്യങ്ങൾ ചർച്ച ചെയ്യാം.

ഒരു പെട്ടിയിൽ 1 മുതൽ 9 വരെയുള്ള സംഖ്യകൾ എഴുതിയ കടലാസു കഷണങ്ങൾ ഇട്ടിരിക്കുന്നു. അതിൽ നിന്നും നോക്കാതെ ഒരു കടലാസെടുത്താൽ അത് ഒറ്റസംഖ്യയാകാനുള്ള സാധ്യത എന്ത്?

1, 2, 3, 4, 5, 6, 7, 8, 9 എന്നിങ്ങനെ ആകെ 9 സംഖ്യകളുണ്ട്. അതിൽ 1, 3, 5, 7, 9 ഇവ ഒറ്റ സംഖ്യകളാണ്.

ഒറ്റ സംഖ്യകളുടെ എണ്ണം = 5

ആകെ സംഖ്യകൾ = 9

ഒറ്റ സംഖ്യ ലഭിക്കാനുള്ള സാധ്യത = $\frac{5}{9}$

ഇരട്ട സംഖ്യ ലഭിക്കാനുള്ള സാധ്യത എന്ത് എന്നാണ് ചോദ്യമെങ്കിലോ?

1 മുതൽ 9 വരെയുള്ള സംഖ്യകളിൽ 2, 4, 6, 8 ഇവയാണ് ഇരട്ട സംഖ്യകൾ.

ഇരട്ട സംഖ്യകളുടെ എണ്ണം = 4

ആകെ സംഖ്യകൾ = 9

ഇരട്ട സംഖ്യ ലഭിക്കാനുള്ള സാധ്യത = $\frac{4}{9}$

മുൻ ചോദ്യത്തിൽ അഭാജ്യ സംഖ്യ ലഭിക്കാനുള്ള സാധ്യത എന്ത്?

1 മുതൽ 9 വരെയുള്ള സംഖ്യകളിൽ 2, 3, 5, 7 ഇവയാണ് അഭാജ്യ സംഖ്യകൾ.

അഭാജ്യ സംഖ്യകളുടെ എണ്ണം = 4

ആകെ സംഖ്യകൾ = 9

അഭാജ്യ സംഖ്യ ലഭിക്കാനുള്ള സാധ്യത = $\frac{4}{9}$

4 ൽ കുറവായ സംഖ്യ ലഭിക്കാനുള്ള സാധ്യത എന്ത്?

1, 2, 3 ഇവയാണ് 4 ൽ കുറവായ സംഖ്യകൾ.

4 ൽ കുറവായ സംഖ്യകളുടെ എണ്ണം = 3

ആകെ സംഖ്യകൾ = 9

4 ൽ കുറവായ സംഖ്യ ലഭിക്കാനുള്ളസാധ്യത = $\frac{3}{9}$

$= \frac{1}{3}$

7 ൽ കൂടുതലായ സംഖ്യ ലഭിക്കാനുള്ള സാധ്യത എന്ത്?

8, 9 ഇവയാണ് 7 ൽ കൂടുതലായ സംഖ്യകൾ.

7 ൽ കൂടുതലായ സംഖ്യകളുടെ എണ്ണം = 2

ആകെ സംഖ്യകൾ = 9

7 ൽ കൂടുതലായ സംഖ്യ ലഭിക്കാനുള്ള സാധ്യത = $\frac{2}{9}$

ഇനി മറ്റൊരു ചോദ്യം കാണുക.

1, 2, 3, 7 എന്നീ അക്കങ്ങൾ ഉപയോഗിച്ചെഴുതാവുന്ന രണ്ടക്ക സംഖ്യകളിൽ ഒരെണ്ണമെടുത്താൽ അക്കങ്ങൾ രണ്ടും തുല്യമാകാനുള്ള സാധ്യത എന്ത്?

തന്നിരിക്കുന്ന നാല് അക്കങ്ങൾ ഉപയോഗിച്ച് 16 രണ്ടക്കസംഖ്യകൾ എഴുതാം.

11	21	31	71
12	22	32	72
13	23	33	73
17	27	37	77

ഇവയിൽ അക്കങ്ങൾ രണ്ടും തുല്യമായ 4 സംഖ്യകളുണ്ട്.

11, 22, 33, 77

അക്കങ്ങൾ തുല്യമായ സംഖ്യകളുടെ എണ്ണം = 4

ആകെ സംഖ്യകൾ = 16

സാധ്യത = $\frac{4}{16}$

= $\frac{1}{4}$

മുൻ ചോദ്യത്തിൽ അക്കങ്ങളുടെ തുക 4 ആകാനുള്ള സാധ്യത എന്ത്?

13, 22, 31 ഇവ അക്കങ്ങളുടെ തുക 4 വരുന്ന സംഖ്യകളാണ്.

തുക 4 വരുന്ന സംഖ്യകളുടെ എണ്ണം = 3

ആകെ സംഖ്യകൾ = 16

സാധ്യത = $\frac{3}{16}$

അക്കങ്ങളുടെ തുക 10 ആകാനുള്ള സാധ്യത എന്ത്?

അക്കങ്ങളുടെ തുക 10 വരുന്ന രണ്ടു സംഖ്യകളേയുള്ളു. 37, 73

തുക 10 വരുന്ന സംഖ്യകളുടെ എണ്ണം = 2

ആകെ സംഖ്യകൾ = 16

സാധ്യത = $\frac{2}{16}$

= $\frac{1}{8}$

അക്കങ്ങളുടെ തുക 9 ൽ കൂടുതലാകാനുള്ള സാധ്യത എന്ത്?

37, 73, 77 ഈ മൂന്നു സംഖ്യകളിൽ അക്കങ്ങളുടെ തുക 9ൽ കൂടുതലാണ്.

തുക 9 ൽ കൂടുതലായ സംഖ്യകളുടെ എണ്ണം = 3

ആകെ സംഖ്യകൾ = 16

സാധ്യത = $\frac{3}{16}$

അക്കങ്ങളുടെ ഗുണനഫലം 5 ൽ കൂടുതലാകാനുള്ള സാധ്യത എന്ത്?

അക്കങ്ങളുടെ ഗുണനഫലം 5 ൽ കൂടുതലാകുന്ന സംഖ്യകൾ ഇവയാണ്.17, 23, 27, 32, 33, 37, 71, 72, 73, 77

സംഖ്യകളുടെ എണ്ണം = 10

ആകെ സംഖ്യകൾ = 16

സാധ്യത = $\frac{10}{16}$

= $\frac{5}{8}$

അക്കങ്ങളുടെ ഗുണനഫലം 5 ൽ കുറവാകാനുള്ള സാധ്യത എന്ത്?

11, 12, 13, 21, 22, 31 ഇവയാണ് അക്കങ്ങളുടെ ഗുണനഫലം 5 ൽ കുറവായ സംഖ്യകൾ

സംഖ്യകളുടെ എണ്ണം = 6

ആകെ സംഖ്യകൾ = 16

സാധ്യത = $\frac{6}{16}$

= $\frac{3}{8}$

ഒരു ആശയം കൂടി പഠിക്കാം.

ഒരു കുട്ടി പരീക്ഷയിൽ ജയിക്കാനുള്ള സാധ്യത $\frac{2}{3}$ ആണെങ്കിൽ ജയിക്കാതിരിക്കാനുള്ള സാധ്യത $1 - \frac{2}{3} = \frac{1}{3}$ ആണ്. കാരണം രണ്ടു സാധ്യതകളുടേയും കൂടി തുക 1 ആയിരിക്കും.

ഒരു സ്ഥാനാർത്ഥി തിരഞ്ഞെടുപ്പിൽ ജയിക്കാനുള്ള സാധ്യത $\frac{3}{5}$ ആയാൽ തോൽക്കാനുള്ള സാധ്യത $1 - \frac{3}{5} = \frac{2}{5}$ ആയിരിക്കും.

25

കലണ്ടർ കണക്കുകൾ

കലണ്ടറിൽ നിന്നു വെട്ടിയെടുത്ത 9 അക്കങ്ങളുള്ള ഒരു സമചതുരമാണ് ചിത്രത്തിൽ.

2	3	4
9	10	11
16	17	18

ഈ സമചതുരത്തിലെ മധ്യസംഖ്യ 10 ആണ്. ഇതിലെ സംഖ്യകൾ എല്ലാം കൂടി കൂട്ടിനോക്കാം. 2 + 3 + 4 + 9 + 10 + 11 + 16 + 17 + 18 = 90

മധ്യ സംഖ്യയായ 10 നെ സംഖ്യകളുടെ എണ്ണം കൊണ്ടു ഗുണിച്ചാലും 90 കിട്ടും.

ഇനി നമുക്കു ചോദ്യത്തിലേക്കു കടക്കാം. തന്നിരിക്കുന്ന സമചതുരത്തിൽ മധ്യസംഖ്യ 20 ആണെന്നു സങ്കൽപിക്കുക.

1. സമചതുരത്തിലെ എല്ലാ സംഖ്യകളുടെയും കൂടി തുക എന്തായിരിക്കും?
2. മധ്യ സംഖ്യയ്ക്കു തൊട്ടു താഴെ വരുന്ന സംഖ്യ ഏത്?
3. മധ്യ സഖ്യയ്ക്കു വലതു വശം വരുന്ന സംഖ്യ ഏത്?
4. സമചതുരത്തിൽ 15 എന്ന സംഖ്യ ഉണ്ടാകുമോ?
5. സമചതുരത്തിലെ ഏറ്റവും വലിയ സംഖ്യ ഏതായിരിക്കും?
6. എതിർ മൂലകളിൽ വരുന്ന ഒരു ജോടി സംഖ്യകളുടെ തുക എന്തായിരിക്കും?

ഉത്തരം

1. 20 × 9 = 180
2. 27
3. 21
4. ഇല്ല
5. 28
6. 12 + 28 = 40 അല്ലെങ്കിൽ 14 + 26 = 40

26

ക്രിയകൾ തെറ്റാതിരിക്കാൻ

സങ്കലനം വ്യവകലനം തുടങ്ങി കണക്കിലെ അടിസ്ഥാന ക്രിയകൾ ചെയ്യുമ്പോൾ കുട്ടികൾ സാധാരണ വരുത്തുന്ന ചില തെറ്റുകൾ ചൂണ്ടിക്കാണിക്കുകയാണിവിടെ.

$4 + 3 \times 2$ എത്ര?

ഈ ചോദ്യം രണ്ടു രീതിയിൽ ചെയ്തിരിക്കുന്നതു ശ്രദ്ധിക്കുക.

$$4 + 3 \times 2 = (4 + 3) \times 2$$
$$= 7 \times 2$$
$$= 14$$

അല്ലെങ്കിൽ

$$4 + 3 \times 2 = 4 + (3 \times 2)$$
$$= 4 + 6$$
$$= 10$$

രണ്ട് ഉത്തരം കിട്ടിയത് കണ്ടല്ലൊ. ഇതിൽ ഒന്നാമത്തേത് തെറ്റാണ്.

ഗുണനവും ഹരണവും അവ വന്നിരിക്കുന്ന മുറയ്ക്ക് ആദ്യം ക്രിയ ചെയ്യണം. എന്നിട്ടു വേണം സങ്കലന വ്യവകലന ക്രിയകളിലേക്കു കടക്കാൻ. മുകളിൽ 14 എന്ന ഉത്തരം തെറ്റെന്നു പറഞ്ഞത് എന്തുകൊണ്ടെന്ന് മനസ്സിലായല്ലൊ.

ക്രിയ ചെയ്യുക. $12 \div 4 + 2$

$12 \div 4 + 2 = (12 \div 4) + 2$ (ഹരണം)

$= 3 + 2$ (സങ്കലനം)

$= 5$

ക്രിയ ചെയ്യുക. $15 - 10 \div 5 + 5$

$15 - 10 \div 5 + 5 = 15 - (10 \div 5) + 5$ (ഹരണം)

$= 15 - 2 + 5$ (വ്യവകലനം)

$= 13 + 5$ (സങ്കലനം)

$= 18$

ലഘൂകരിക്കുക. $81 \div 9 \times 9$

$81 \div 9 \times 9 = (81 \div 9) \times 9$ (ഹരണം)

$= 9 \times 9$ (ഗുണനം)

$= 81$

$81 \div 9 \times 9 = 81 \div (9 \times 9)$

$= 81 \div 81$

$= 1$

ഇങ്ങനെ ഉത്തരം കണ്ടു പിടിച്ചാൽ അതു തെറ്റാണ്. 81 ആണ് ശരിയുത്തരം.

ക്രിയ ചെയ്യുക. $10 \times 10 + 10 \div 10$

$10 \times 10 + 10 \div 10 = (10 \times 10) + 10 \div 10$ (ഗുണനം)

$= 100 + (10 \div 10)$ (ഹരണം)

$= 100 + 1$ (സങ്കലനം)

$= 101$

$10 \times 10 + 10 \div 10 = (10 \times 10) + 10 \div 10$ (ഗുണനം)

$= (100 + 10) \div 10$ (സങ്കലനം)

$= 110 \div 10$ (ഹരണം)

$= 11$

രണ്ടാമതു ചെയ്തിരിക്കുന്ന രീതി തെറ്റാണ്. ഉത്തരം 101 തന്നെ.

ലഘൂകരിക്കുക. $9 \times 9 \div 9 + 9$

$9 \times 9 \div 9 + 9 = (9 \times 9) \div 9 + 9$ (ഗുണനം)

$= (81 \div 9) + 9$ (ഹരണം)

$= 9 + 9$ (സങ്കലനം)

$= 18$

ക്രിയ ചെയ്യുക. $10 \times 10 - 100 + 10 \div 10$

$10 \times 10 - 100 + 10 \div 10 = (10 \times 10) - 100 + 10 \div 10$ (ഗുണനം)

$= 100 - 100 + (10 \div 10)$ (ഹരണം)

$= 100 - 100 + 1$ (വ്യവകലനം)

$= 0 + 1$ (സങ്കലനം)

$= 1$

27

ശ്രേണികൾ പഠിക്കാൻ ഒരു കളി

ഇത് ഒരു കളിയാണ്, സമാന്തര ശ്രേണി പഠിക്കാൻ ഒരു കളി. 2, 5, 8, 11, ... ഒരു സമാന്തര ശ്രേണിയാണ്. കാരണം ഇതിലെ പദങ്ങൾ തമ്മിലുള്ള വ്യത്യാസം തുല്യമാണ്.

5, 10, 15, 20, ...

8, 12, 16, 20, ...

7, 9, 11, 13, ...

മുകളിൽ കൊടുത്തിരിക്കുന്നവ ഓരോന്നും സമാന്തര ശ്രേണി യാണ്.

ഇനി നമുക്ക് കളിയിലേക്കു കടക്കാം. ഒരു ഡ്രോയിംഗ് ഷീറ്റിൽ 25 സമചതുര കള്ളികൾ വരയ്ക്കണം. ഇതാണ് കളി ക്കളം.

ഒരു കാർഡ് ബോർഡ് ഒരു സംഖ്യ എഴുതാൻ മാത്രം വലുപ്പത്തിൽ ചെറു തായി മുറിച്ച് 18 കഷണങ്ങളുണ്ടാക്കണം. ഓരോന്നിലും ഓരോ സംഖ്യ എന്ന ക്രമ ത്തിൽ 1 മുതൽ 18 വരെയുള്ള സംഖ്യ കൾ കാർഡുകളിൽ എഴുതണം. ഇവയാ ണ് കളിക്കുള്ള കരുക്കൾ.

രണ്ടു പേരാണ് കളിയിൽ പങ്കെടുക്കേണ്ടത്. ആദ്യം 18 കാർഡു കൾ നന്നായി കശക്കി 9 എണ്ണം വീതം വീതിക്കണം. എന്നിട്ട് ഒന്നാമൻ 25 കോളങ്ങളിൽ ഇഷ്ടമുള്ള ഒന്നിൽ ഏതെങ്കിലും ഒരു കാർഡ് വയ് ക്കുന്നു. ഇനി രണ്ടാമന്റെ ഊഴമാണ്. അയാൾക്കും ഇഷ്ടമുള്ള കോള ത്തിൽ ഒരു കാർഡ് വയ്ക്കാം. ഈ ക്രമത്തിൽ രണ്ടുപേരും കൈവശ മുള്ള 18 കാർഡുകളും വെച്ചു തീരുമ്പോൾ ഏതെങ്കിലും ഒരു വരിയി ലൊ നിരയിലൊ ഉള്ള 5 സംഖ്യകളും സമാന്തര ശ്രേണിയിലാണോ എന്നു നോക്കണം. ആണെങ്കിൽ ആ വരിയിൽ അല്ലെങ്കിൽ നിരയിൽ അവസാനം കാർഡു വച്ച ആൾ വിജയിച്ചു.

മുഴുവൻ കാർഡുകളും നിരത്തി കഴിയും മുമ്പു തന്നെ ചിലപ്പോൾ സമാന്തര ശ്രേണി ലഭിച്ചെന്നിരിക്കും. അപ്പോൾ അവിടെ വച്ചു തന്നെ വിജയിയെ നിശ്ചയിക്കാം. എന്നിട്ട് അടുത്ത റൗണ്ട് കളി തുടങ്ങാം.

ഇനി 18 കരുക്കളും നിരത്തി കഴിഞ്ഞും സമാന്തര ശ്രേണി ലഭിച്ചി ല്ലെങ്കിലൊ? ഒന്നാമൻ, രണ്ടാമൻ എന്നിങ്ങനെ കളിച്ചു വന്ന ക്രമത്തിൽ ....., ..., ..., ..., കരുക്കൾ നീക്കണം. ഇടത്തോട്ടോ വലത്തോട്ടോ നീക്കാം. ഒഴിവുണ്ടെങ്കിൽ എത്ര കോളങ്ങൾ വരെയും നീക്കാം. ഇതേ വ്യവസ്ഥയിൽ മുകളിലേക്കും താഴേക്കുമുള്ള നീക്കങ്ങളും അനുവദനീ യമാണ്.

1	15	13	14	16
3		11	12	
5	17		10	9
7			8	4
	2	18	6	

വരിയിലൊ നിരയിലൊ ഉള്ള 5 കോളങ്ങളും സമാന്തരശ്രേണിയിലായാൽ കളി നിർത്താം. ചിത്രത്തിൽ വലത്തു നിന്നും രണ്ടാമത്തെ നിര വിജയത്തെ കുറിക്കുന്നു. 6, 8, 10, 12, 14 ഇവ സമാന്തര ശ്രേണിയിലാണല്ലോ.

ഇനി കളിച്ചു പഠിക്കാമല്ലോ.

28

ഡ്യൂഡ്നി സംഖ്യകൾ

ഒരു സംഖ്യയുടെ ഘനമെന്നു പറയുന്നത് സംഖ്യയെ മൂന്നു തവണ ഗുണിച്ചു കിട്ടുന്ന ഫലത്തിനാണ്. 2, 3, 5, 10 എന്നീ സംഖ്യകളുടെ ഘനം കണ്ടിരിക്കുന്നത് ശ്രദ്ധിക്കുക.

$2 \times 2 \times 2 = 8$

$3 \times 3 \times 3 = 27$

$5 \times 5 \times 5 = 125$

$10 \times 10 \times 10 = 1000$

8, 27, 125, 1000 എന്നീ സംഖ്യകളുടെ ഘനമൂലങ്ങളാണ് യഥാക്രമം 2, 3, 5, 10 ഇവ.

ഇനി ചില പ്രത്യേക സംഖ്യകൾ പരിശോധിക്കാം.

8 ന്റെ ഘനമെത്ര?

$8 \times 8 \times 8 = 512$

512 ലെ അക്കങ്ങളുടെ തുക $5 + 1 + 2 = 8$. അതായത് സംഖ്യയ്ക്കു തുല്യം.

17 ന്റെ ഘനം കാണുക.

$17 \times 17 \times 17 = 4913$

4913 ലെ അക്കങ്ങളുടെ തുക $4 + 9 + 1 + 3 = 17$

ഇവിടെയും തുക സംഖ്യയ്ക്കു തുല്യം.

ഇനി ചോദ്യത്തിലേക്കു കടക്കാം.

1. 18 ന്റെ ഘനമെന്ത്?
2. 18 ന്റെ ഘനത്തിലെ അക്കങ്ങളുടെ തുകയെന്ത്?
3. 27 ന്റെ ഘനമെന്ത്?
4. 27 ന്റെ ഘനത്തിലെ അക്കങ്ങളുടെ തുകയെന്ത്?
5. 27 തിരിച്ചിട്ടതാണല്ലൊ 72. 72 ന്റെ ഘനമെന്ത്?
6. 72 ന്റെ ഘനത്തിലെ അക്കങ്ങളുടെ തുക സംഖ്യയ്ക്കു തുല്യമാണോ? പരിശോധിക്കുക.

ഉത്തരം

1. 5832
2. 5 + 8 + 3 + 2 = 18
3. 19683
4. 1 + 9 + 6 + 8 + 3 = 27
5. 373248
6. 3 + 7 + 3 + 2 + 4 + 8 = 27
7. അക്കങ്ങളുടെ തുക സംഖ്യയ്ക്കു തുല്യമല്ല.

N.B: ഘനമൂലം സംഖ്യയിലെ അക്കങ്ങളുടെ തുകയ്ക്കു തുല്യമായി വരുന്ന 6 സംഖ്യകളേയുള്ളു. 1, 8, 17, 18, 26, 27 ഇവയാണ് ആ സംഖ്യകൾ. മറ്റൊരു സംഖ്യയ്ക്കും ഈ പ്രത്യേകതയില്ല.

ഇത് കണ്ടെത്തിയത് ഇംഗ്ലീഷ് ഗണിത ശാസ്ത്രജ്ഞനായ ഹെൻറി ഡ്യൂഡ്നി (Henry Ernest Dudeney) ആണ്. അതുകൊണ്ട് ഈ സംഖ്യകൾ ഡ്യൂഡ്നി സംഖ്യകൾ എന്ന പേരിൽ അറിയപ്പെടുന്നു.

Henry Ernest Dudeney
(1857 - 1930)

29

സമാന്തര ശ്രേണികൾ

സമാന്തര ശ്രേണികളിൽ നിന്നും നിർബന്ധമായും അറിഞ്ഞിരിക്കേണ്ട ചില ആശയങ്ങൾ സൂചിപ്പിക്കാം.

മധ്യപദം

ഒരുസമാന്തരശ്രേണിയിലെ തുടർച്ചയായ 11പദങ്ങളുടെതുക 462 ആയാൽ അതിന്റെ 6–ാം പദം എത്ര?

ആകെ 11 പദങ്ങളുണ്ട്. 6-ാം പദം എന്നു പറയുന്നത് മധ്യത്തു വരുന്ന സംഖ്യയാണ്. അതു കണ്ടുപിടിക്കാനുള്ള എളുപ്പ വഴി ആകെ തുകയെ എണ്ണം കൊണ്ടു ഹരിക്കുകയാണ്. അതായത് 462 നെ 11 കൊണ്ടു ഹരിക്കണം. 42 കിട്ടും.

ഒരു സമാന്തര ശ്രേണിയുടെ ആദ്യത്തെ 29 പദങ്ങളുടെ തുക 1363 ആയാൽ 15-ാം പദം എത്ര?

ഇവിടെയും 15-ാം പദം എന്നു പറയുന്നത് മധ്യപദമാണ്. അപ്പോൾ 1363 നെ 29 കൊണ്ടു ഹരിക്കുന്നതാണ് ഉത്തരം. അതായത് 47.

പൊതുവ്യത്യാസം

ഒരു സമാന്തര ശ്രേണിയുടെ 11-ാം പദം 77 ഉം 6-ാം പദം 42 ഉം ആയാൽ പൊതുവ്യത്യാസം എത്ര?

പൊതു വ്യത്യാസം കാണാനുള്ള എളുപ്പവഴി കാണുക.

11 - ാം പദം = 77

6-ാം പദം = 42

(കുറയ്ക്കുക)

5 പൊതുവ്യത്യാസം = 35

പൊതുവ്യത്യാസം = $\frac{35}{5}$

= 7

ഒരു സമാന്തര ശ്രേണിയുടെ 16-ാം പദം 33 ഉം 7-ാം പദം 15 ഉം ആയാൽ അതിന്റെ പൊതുവ്യത്യാസം എത്ര?

16 -ാം പദം = 33

7-ാം പദം = 15

(കുറയ്ക്കുക)

9 പൊതുവ്യത്യാസം = 18

പൊതുവ്യത്യാസം = $\frac{18}{9}$

= 2

പദങ്ങളുടെ തുക

തുകയുടെ ബീജ ഗണിത രൂപം തന്നിട്ടുണ്ടെങ്കിൽ അതിൽ നിന്നും എത്ര പദങ്ങളുടെ തുക വേണേലും എളുപ്പ വഴിയിൽ കാണാം.

ഒരു സമാന്തര ശ്രേണിയിലെ n പദങ്ങളുടെ തുക n(n+9) ആയാൽ അതിലെ ആദ്യത്തെ 10 പദങ്ങളുടെ തുകയെന്ത്?

n ന് 10 എന്നു വില കൊടുത്താൽ മതിയാകും.

n പദങ്ങളുടെ തുക = $n(n+9)$

10 പദങ്ങളുടെ തുക = $10(10+9)$

= 10×19

= 190

ഒരു സമാന്തര ശ്രേണിയിലെ n പദങ്ങളുടെ തുക $2n(n+1)$ ആണ്. എങ്കിൽ അതിലെ ആദ്യത്തെ 16 പദങ്ങളുടെ തുകയെന്ത്?

n പദങ്ങളുടെ തുക = $2n(n+1)$

16 പദങ്ങളുടെ തുക = $2 \times 16(16+1)$

= $2 \times 16 \times 17$

= 544

പദവും പദസ്ഥാനവും

പദവും പദസ്ഥാനവും തിരിച്ചും മറിച്ചും വരുന്ന സമാന്തര ശ്രേണികൾക്ക് പല പ്രത്യേകതകളുമുണ്ട്. അതിൽ ഒന്ന് ഇവിടെ ചേർക്കുന്നു.

ഒരു സമാന്തര ശ്രേണിയുടെ 11-ാം പദം 21 ഉം 21-ാം പദം 11 ഉം ആണ്.

ഇത്തരം ഒരു സമാന്തര ശ്രേണിയിലെ പദങ്ങൾ ക്രിയകളൊന്നും കൂടാതെ കണ്ടു പിടിക്കാം.

പദസ്ഥാനം	പദം
11	21
21	11

ചുവടെ പദങ്ങൾ എഴുതിയിരിക്കുന്നതു ശ്രദ്ധിക്കുക.

1-ാം പദം	=	$(21 + 11) - 1$	=	31
2-ാം പദം	=	$(21 + 11) - 2$	=	30
3-ാം പദം	=	$(21 + 11) - 3$	=	29
4-ാം പദം	=	$(21 + 11) - 4$	=	28
5-ാം പദം	=	$(21 + 11) - 5$	=	27
. . . . . .		. . . . . .		
30-ാം പദം	=	$(21 + 11) - 30$	=	2
31-ാം പദം	=	$(21 + 11) - 31$	=	1
32-ാം പദം	=	$(21 + 11) - 32$	=	0

30

ആർക്കും കണക്കു പഠിക്കാം

ആരെയും കണക്കിലേക്കാകർഷിക്കാവുന്ന ഒരു കൊച്ചു വിദ്യയാണ് ഇവിടെ പറയുന്നത്. നിങ്ങൾ ചെയ്യേണ്ടത് ഇത്ര മാത്രം. കൂട്ടുകാരോട് ഒന്നിടവിട്ട രണ്ടു സംഖ്യകളുടെ ഗുണനഫലം കാണാൻ പറയുക.

4	5	6
8	9	10
11	12	13

4, 6 ഇവ ഒന്നിടവിട്ട സംഖ്യകളാണ്. ഇടയ്ക്കു വരുന്ന സംഖ്യ 5. 8, 10 ഇവ ഒന്നിടവിട്ട സംഖ്യകളാണ്. ഇടയ്ക്കു വരുന്ന സംഖ്യ 9. അതുപോലെ 11, 13 ഇവ ഒന്നിടവിട്ട സംഖ്യകളാണ്. ഇടയ്ക്കു വരുന്ന സംഖ്യ 12.

ഇങ്ങനെയുള്ള രണ്ടു സംഖ്യകൾ ഗുണിച്ച് 168 എന്ന് കൂട്ടുകാർ പറയുന്നു. ഏതു സംഖ്യകളാണ് ഗുണിച്ചതെന്ന് നിങ്ങൾക്കറിയില്ല. എന്നാൽ ഗുണനഫലമായ 168 ഉപയോഗിച്ച് ഗുണിച്ച സംഖ്യകളും ഇടയ്ക്കു വരുന്ന സംഖ്യയും നിങ്ങൾക്കു പറയാൻ കഴിയും.

ഉത്തരം പറയേണ്ടതിങ്ങനെ. കൂട്ടുകാർ പറഞ്ഞ 168 നോട് 1 കൂട്ടുക. 169 കിട്ടും. 169 ന്റെ വർഗമൂലം 13. ഇതാണ് നടുക്കു വരുന്ന സംഖ്യ. അപ്പോൾ ഗുണിച്ച സംഖ്യകൾ 12, 14.

ഇനി കൂട്ടുകാർ പറയുന്ന ഗുണനഫലം 63 ആണെന്നു കരുതുക. 1 കൂടി കൂട്ടിയാൽ 64. 64 ന്റെ വർഗമൂലം 8. ഇതാണ് മധ്യസംഖ്യ. ഗുണിച്ച സംഖ്യകൾ 7, 9.

ഒരുദാഹരണം കൂടി. കൂട്ടുകാർക്കു കിട്ടിയ ഗുണനഫലം 483 എന്നിരിക്കട്ടെ. 1 കൂടി കൂട്ടിയാൽ 484. 484 ന്റെ വർഗമൂലം 22. ഇതാണ് ഇടയ്ക്കു വരുന്ന സംഖ്യ. ഗുണിച്ച സംഖ്യകൾ 21, 23.

ഈ മാജിക് അവതരിപ്പിക്കുമ്പോഴുള്ള ഏക പ്രശ്നം വർഗമൂലം അറിഞ്ഞിരിക്കണം എന്നുള്ളതാണ്. കുറഞ്ഞത് 20 വരെയുള്ള സംഖ്യകളുടെയെങ്കിലും വർഗവും വർഗമൂലവും പട്ടികയാക്കി പഠിക്കുക.

സംഖ്യ	വർഗം	സംഖ്യ	വർഗം
1	1 × 1 = 1	11	11 × 11 = 121
2	2 × 2 = 4	12	12 × 12 = 144
3	3 × 3 = 9	13	13 × 13 = 169
4	4 × 4 = 16	14	14 × 14 = 196
5	5 × 5 = 25	15	15 × 15 = 225
6	6 × 6 = 36	16	16 × 16 = 256
7	7 × 7 = 49	17	17 × 17 = 289
8	8 × 8 = 64	18	18 × 18 = 324
9	9 × 9 = 81	19	19 × 19 = 361
10	10 × 10 = 100	20	20 × 20 = 400

31
7 കൊണ്ടു ഹരിക്കാം

തന്നിരിക്കുന്ന സംഖ്യയെ 2, 3, 4, 5, 6 എന്നിങ്ങനെയുള്ള സംഖ്യകൾ ഓരോന്നു കൊണ്ടും ഹരിക്കാൻ കഴിയുമോ എന്നു പരിശോധിക്കാനുള്ള മാർഗങ്ങൾ നിങ്ങൾ പഠിച്ചിട്ടുണ്ട്. ഉദാഹരണത്തിന് 0, 2, 4, 6, 8 എന്നീ അക്കങ്ങളിൽ അവസാനിക്കുന്ന ഏതു സംഖ്യയേയും 2 കൊണ്ട് നിശേഷം ഹരിക്കാം. 0, 5 എന്നീ അക്കങ്ങളിൽ അവസാനിക്കുന്ന സംഖ്യകളെ 5 കൊണ്ട് നിശേഷം ഹരിക്കാം. പൂജ്യത്തിൽ അവസാനിക്കുന്ന ഏതു സംഖ്യയേയും 10 കൊണ്ട് നിശേഷം ഹരിക്കാം.

എന്നാൽ ഒരു സംഖ്യയെ 7 കൊണ്ട് നിശേഷം ഹരിക്കാൻ കഴിയുമോ എന്നു പരിശോധിക്കാനുള്ള മാർഗം ഇതിൽ നിന്നെല്ലാം തികച്ചും വ്യത്യസ്തമാണ്. നമുക്ക് ഒരുദാഹരണം പരിശോധിക്കാം. 3024 എന്ന സംഖ്യയെ 7 കൊണ്ടു നിശേഷം ഹരിക്കാൻ കഴിയുമോ എന്നാണറിയേണ്ടത്. ആദ്യം അവസാനത്തെ അക്കമായ 4 മാറ്റുകയും ശേഷിക്കുന്ന 302 ൽ നിന്ന് ഒഴിവാക്കിയ 4 ന്റെ ഇരട്ടി 8 കുറയ്ക്കുകയും ചെയ്യുക. 302 − 8 = 294. ഇനി 294 ന്റെ അവസാനത്തെ അക്കമായ 4 മാറ്റി അതിന്റെ ഇരട്ടി 8, 29ൽ നിന്നും കുറയ്ക്കുക.

29–8 = 21. 21 നെ 7 കൊണ്ട് നിശേഷം ഹരിക്കാം. അതിനാൽ തന്നിരിക്കുന്ന 3024 നെയും 7 കൊണ്ട് നിശേഷം ഹരിക്കാം. ഈ ക്രിയകൾ ചുവടെ കാണുന്ന പോലെ ചുരുക്കി എഴുതാം.

3024	4 ഒഴിവാക്കുന്നു
302	4 × 2 = 8 കുറയ്ക്കുന്നു
294	4 ഒഴിവാക്കുന്നു
29	4 × 2 = 8 കുറയ്ക്കുന്നു
21	21 നെ 7 കൊണ്ട് ഹരിക്കാം

അതിനാൽ 3024 നെയും 7 കൊണ്ട് നിശേഷം ഹരിക്കാം.

മറ്റൊരു ഉദാഹരണം പരിശോധിക്കാം. 6272 നെ 7 കൊണ്ട് നിശേഷം ഹരിക്കാൻ കഴിയുമോ എന്നറിയണം.

ആദ്യം അവസാനത്തെ 2 ഒഴിവാക്കുക. 627 ശേഷിക്കുന്നു. ഇതിൽ നിന്നും ഒഴിവാക്കിയ 2 ന്റെ ഇരട്ടി 4 കുറയ്ക്കുക. 623 കിട്ടും. ഇനി 3 ഒഴിവാക്കുക. അപ്പോൾ സംഖ്യ 62 ആയി.

എന്നിട്ട് ഒഴിവാക്കിയ 3 ന്റെ ഇരട്ടി 6 കുറയ്ക്കുക. 56 കിട്ടും. 56 നെ 7 കൊണ്ടു ഹരിക്കാം.

അതിനാൽ 6272 നെയും 7 കൊണ്ട് നിശേഷം ഹരിക്കാം. ക്രിയകൾ ചുരുക്കി ചുവടെ ചേർക്കുന്നു.

6272	2 ഒഴിവാക്കുന്നു
627	2 ന്റെ ഇരട്ടി 4 കുറയ്ക്കുന്നു
623	3 ഒഴിവാക്കുന്നു
62	3 ന്റെ ഇരട്ടി 6 കുറയ്ക്കുന്നു
56	56 നെ 7 കൊണ്ട് ഹരിക്കാം

അതുകൊണ്ട് 6272 നെയും 7 കൊണ്ട് നിശേഷം ഹരിക്കാം.

ഇനി 31969 നെ 7 കൊണ്ട് നിശേഷം ഹരിക്കാൻ കഴിയുമോ എന്ന് പരിശോധിക്കാം. ക്രിയകൾ ചുവടെ ചേർക്കുന്നു.

31969	9 ഒഴിവാക്കുന്നു
3196	9 × 2 = 18 കുറയ്ക്കുന്നു
3178	8 ഒഴിവാക്കുന്നു
317	8 × 2 = 16 കുറയ്ക്കുന്നു
301	1 ഒഴിവാക്കുന്നു
30	1 × 2 = കുറയ്ക്കുന്നു
2	28 നെ 7 കൊണ്ട് ഹരിക്കാം

അപ്പോൾ 31969 നെയും 7 കൊണ്ട് നിശേഷം ഹരിക്കാം.

32

വർഗത്തിലെ അക്കങ്ങളുടെ തുക

ഒരു സംഖ്യയുടെ വർഗത്തിലെ അക്കങ്ങളുടെ തുക കാണാനുള്ള പുതിയ ഒരു പഠന പ്രവർത്തനമാണ് ഇവിടെ ചർച്ച ചെയ്യുന്നത്. 48 എന്ന സംഖ്യയുടെ വർഗത്തിലെ അക്കങ്ങളുടെ തുക എത്രയെന്നു നോക്കാം

സംഖ്യ = 48

വർഗം = 48 × 48

= 2304

അക്കങ്ങളുടെ തുക = 2 + 3 + 0 + 4

= 9

ഈ ക്രിയകളൊന്നും കൂടാതെ അക്കങ്ങളുടെ തുക പറയാനുള്ള എളുപ്പവഴിയാണ് നമ്മൾ പഠിക്കാൻ പോകുന്നത്. തന്നിരിക്കുന്ന സംഖ്യയെ 9 കൊണ്ടു ഹരിച്ചാൽ കിട്ടുന്ന ശിഷ്ടമാണ് ആദ്യത്തെ കോളം.

ശിഷ്ടം	വർഗത്തിലെ അക്കങ്ങളുടെ തുക
1	1
2	4
3	9
4	7
5	7
6	9
7	4
8	1
0	9

വർഗത്തിലെ അക്കങ്ങൾ ഒരക്ക സംഖ്യയാകുവോളം കൂട്ടിയതാണ് പട്ടികയിൽ കാണിച്ചിരിക്കുന്നത്. തുക ആദ്യം 1, 4, 9, 7 എന്ന ക്രമത്തിലും പിന്നീട് 7, 9, 4, 1 എന്ന വിപരീത ക്രമത്തിലും ആവർത്തിച്ചിരിക്കുന്നു. ഏറ്റവും ഒടുവിലത്തെ വരി കാണുക. ശിഷ്ടം പൂജ്യം എങ്കിൽ തുക 9 ആയിരിക്കും.

മുമ്പ് പരിഗണിച്ച 48 തന്നെ എടുക്കാം. 48 നെ 9 കൊണ്ട് ഹരിച്ചാൽ ശിഷ്ടം 3. പട്ടികയിൽ 3ന്റെ നേർക്കു വരുന്ന സംഖ്യ 9. ഇതായിരിക്കും വർഗത്തിലെ അക്കങ്ങളുടെ തുക.

സംഖ്യ 65. 9 കൊണ്ടു ഹരിച്ചാൽ ശിഷ്ടം 2. പട്ടികയിൽ 2 നു നേരെ വരുന്ന സംഖ്യ 4. ഈ 4 ആയിരിക്കും 65 ന്റെ വർഗത്തിലെ അക്കങ്ങളുടെ തുക.

സംഖ്യ 95. 9 കൊണ്ടു ഹരിച്ചാൽ ശിഷ്ടം 5. പട്ടികയിൽ 5 നു നേർക്കു വരുന്ന സംഖ്യ 7. അപ്പോൾ 95 ന്റെ വർഗത്തിലെ അക്കങ്ങളുടെ തുക 7 ആയിരിക്കും.

ഒരുദാഹരണംകൂടി. സംഖ്യ 135. 9 കൊണ്ടു ഹരിച്ചാൽ ശിഷ്ടം പൂജ്യം. പൂജ്യത്തിനു നേരെ പട്ടികയിൽ വരുന്ന സംഖ്യ 9. അതിനാൽ 9 ആണ് 135 ന്റെ വർഗത്തിലെ അക്കങ്ങളുടെ തുക.

33

നിങ്ങൾക്കും മജീഷ്യനാവാം

കൂട്ടുകാർ ഏതെങ്കിലും ഒരു രണ്ടക്ക സംഖ്യ എഴുതട്ടെ. 47 എന്നു സങ്കൽപ്പിക്കുക. ഇനി അതിൽ വലതു വശത്ത് മറ്റൊരു രണ്ടക്ക സംഖ്യ കൂടി എഴുതി നാലക്ക സംഖ്യയാക്കണം. രണ്ടാമത് എഴുതിയത് 18 എന്നു കരുതുക. ഇപ്പോൾ 4718 എന്ന നാലക്ക സംഖ്യ കിട്ടി. ഇതൊന്നും നിങ്ങൾ കാണാതെയാണ് കൂട്ടുകാർ ചെയ്യുന്നത്. അവർ രണ്ടു തവണയായി എഴുതിയ രണ്ടക്ക സംഖ്യകൾ തമ്മിലുള്ള വ്യത്യാസം ഒന്നു ചോദിച്ചറിഞ്ഞേക്കുക. 47−18 = 29.

ഇനി നേരത്തെ എഴുതിയ രണ്ട് രണ്ടക്ക സംഖ്യകൾ ക്രമം മാറ്റി എഴുതണം. അതായത് 18 ആദ്യവും 47 രണ്ടാമതും. ഇപ്പോൾ 1847 എന്ന നാലക്കസംഖ്യ കിട്ടി. ഇനി രണ്ട് നാലക്ക സംഖ്യകളും തമ്മിലുള്ള വ്യത്യാസം കാണുക. അതായത് വലുതിൽ നിന്ന് ചെറുത് കുറയ്ക്കണം.

```
4 7 1 8 -
1 8 4 7
-------
2 8 7 1
```

ഈ ഉത്തരം എത്രയെന്ന് നിങ്ങൾ കാണുന്നില്ല. എന്നാൽ കൂട്ടുകാരെ അമ്പരപ്പിച്ചു കൊണ്ട് നിങ്ങൾക്ക് അതു വിളിച്ചു പറയാൻ കഴിയും.

എങ്ങനെ? നേരത്തെ കൂട്ടുകാർ പറഞ്ഞ വ്യത്യാസം 29 നിങ്ങളുടെ മനസിൽ ഉണ്ടല്ലോ. ഇതിന്റെ വലത് വശത്ത് രണ്ട് പൂജ്യങ്ങൾ കൂടി ചേർത്ത് 2900 ആക്കുക. എന്നിട്ട് അതിൽ നിന്ന് 29 കുറയ്ക്കുന്നതാണ് ഉത്തരം.

2900–29 = 2871. ഈ ക്രിയകൾ ഒക്കെ മനക്കണക്കുകൂട്ടി നിമിഷം കൊണ്ട് ഉത്തരം പറയാവുന്നതേയുള്ളു.

ഒരുദാഹരണം കൂടി നോക്കാം. ആദ്യ രണ്ടക്ക സംഖ്യ 53. രണ്ടാമത്തേത് 75. ഇവ തമ്മിലുള്ള വ്യത്യാസമാണ് നിങ്ങൾ ചോദിച്ചറിയേണ്ട ഒരേ ഒരു കാര്യം.

75–53 = 22. ഇപ്പോൾ നാലക്ക സംഖ്യ 5375 എന്നായി. ഇനി രണ്ടക്ക സംഖ്യകൾ ക്രമം മാറ്റി എഴുതണം. അതായത് 75 ആദ്യവും 53 രണ്ടാമതും. സംഖ്യ 7553 കിട്ടും. ഇനി നാലക്ക സംഖ്യകൾ തമ്മിലുള്ള വ്യത്യാസം കാണാം.

```
  7 5 5 3 –
  5 3 7 5
  -------
  2 1 7 8
```

ഉത്തരം പറയേണ്ടത് ഇങ്ങനെ. കൂട്ടുകാർ പറഞ്ഞ വ്യത്യാസം 22 ആണല്ലൊ. രണ്ട് പൂജ്യങ്ങൾ കൂടി ചേർന്നാൽ 2200. 2200–22 = 2178.

ഇനി കൂട്ടുകാരുടെ മുമ്പിൽ ധൈര്യമായി മാജിക് അവതരിപ്പിച്ച് മിടുക്ക് കാട്ടുക.

34

പരമാവധി ഗുണനഫലം

1 2 3 4 5 എന്ന സംഖ്യ പരിശോധിക്കുക. ഒരു അഞ്ചക്ക സംഖ്യയാണ്. അക്കങ്ങൾ എല്ലാം തുടർച്ചയായി വരുന്ന സംഖ്യയാണ്. കൂടാതെ അക്കങ്ങൾ ആരോഹണക്രമത്തിൽ ആണുതാനും.

ഇനി ഈ അഞ്ചക്ക സംഖ്യയിലെ അക്കങ്ങൾ ഉപയോഗിച്ച് രണ്ട് സംഖ്യകൾ എഴുതണം. അക്കങ്ങൾ ആവർത്തിക്കരുത്. എന്നിട്ട് അവയുടെ ഗുണനഫലം കാണണം.

123	×	45
23	×	45
1234	×	5
35	×	124
1	×	2345
234	×	15
34	×	521
423	×	15

ഈ രീതിയിലൊക്കെ സംഖ്യകളെ വിഭജിക്കാം. അക്കങ്ങളുടെ എണ്ണം

പ്രശ്നമല്ല. ക്രമവും അങ്ങനെ തന്നെ. ഏത് ക്രമത്തിലും എഴുതാം.

എന്നാൽ പ്രശ്നമതല്ല. എങ്ങനെ ഗുണിക്കുമ്പോഴാണ് ഗുണനഫലം പരമാവധിയാകുന്നത് എന്നറിയണം. പല രീതിയിൽ ഗുണിച്ചു നോക്കുക. ശ്രമകരമാണ്. മണിക്കൂറുകളോളം ക്രിയ ചെയ്തു നോക്കേണ്ടി വരും. അവസാനം നമുക്ക് ഇങ്ങനെയൊരു നിഗമനത്തിൽ എത്താം.

സംഖ്യകൾ ഒരിക്കൽ കൂടി എഴുതുന്നു.

1 2 3 4 5

1. വലത്തു നിന്ന് രണ്ടാമത്തെ അക്കം എഴുതുക. സംഖ്യ 4. ഇത് ഒരു ഇരട്ട സംഖ്യയാണ്. അതുകൊണ്ട് 4 ന്റെ ഇടതുവശം വരുന്ന ഒറ്റ സംഖ്യകൾ കൂടി ചേർത്ത് 431 എന്ന് സംഖ്യ എഴുതുക.
2. ഇനി ശേഷിക്കുന്ന അക്കങ്ങൾ വലത്തു നിന്ന് ഇടത്തേക്ക് എഴുതുക 52 കിട്ടും.
3. 431 × 52 = 22412 ആയിരിക്കും ഏറ്റവും കൂടിയ ഗുണനഫലം.

ഒരുദാഹരണം കൂടി പരിശോധിക്കാം.

സംഖ്യ 1 2 3 4 5 6 ആണെന്നിരിക്കട്ടെ.

1. വലത്തു നിന്ന് രണ്ടാമത്തെ സംഖ്യ 5. ഇത് ഒറ്റസംഖ്യയാണ്. അതുകൊണ്ട് ഇടത്തോട്ടുള്ള ഇരട്ട സംഖ്യകൾ കൂടി എഴുതുക. 542 കിട്ടും.
2. ശേഷിക്കുന്ന അക്കങ്ങൾ വലത്തു നിന്ന് ഇടത്തേക്ക് എഴുതുക, 631.
3. 542 × 631 ആയിരിക്കും ഏറ്റവും വലിയ ഗുണനഫലം.

ഇനി സംഖ്യ 123 ആണെന്നിരിക്കട്ടെ.

1. വലത്തു നിന്ന് രണ്ടാമത്തെ സംഖ്യ 2. ഇരട്ടസംഖ്യയാണ്. ഇടത്തോട്ടുള്ള ഒറ്റ കൂടി എഴുതിയാൽ സംഖ്യ 21.
2. ശേഷിക്കുന്ന സംഖ്യകൾ വലത്തു നിന്ന് ഇടത്തേക്ക് എഴുതുക. 3 മാത്രം.
3. 21 × 3 ആയിരിക്കും പരമാവധി ഗുണനഫലം.

35

127 പറ്റിച്ച പണി

1817 – 90 കാലയളവിൽ ജീവിച്ചിരുന്ന ഫ്രഞ്ച് ഗണിതശാസ്ത്രജ്ഞനായ അൽഫോൺസ് ദെ പോളിനാക് (Alphonse de polignac) സംഖ്യകളെപ്പറ്റി പഠനം നടത്തിയ ശേഷം ഒരു പ്രഖ്യാപനം നടത്തി. ഏതൊരു ഒറ്റ സംഖ്യയേയും 2 ന്റെ ഒരു കൃതി യുടേയും ഒരു അഭാജ്യ സംഖ്യയുടേയും തുകയായി എഴുതാം.

Alphonse de polignac
(1826 - 1890)

100 നു താഴെ 25 അഭാജ്യ സംഖ്യകളുണ്ട്. അവയുടെ ലിസ്റ്റ് ഇവിടെ ചേർക്കുന്നു. 2, 3, 5, 7, 11, 13, 17, 19, 23, 29, 31, 37, 41, 43, 47, 53, 59, 61, 67, 71, 73, 79, 83, 89, 97.

ഒറ്റസംഖ്യ	2 ന്റെ കൃതി + അഭാജ്യസംഖ്യ
17	$2^2 + 13$
37	$2^3 + 29$
45	$2^5 + 13$
63	$2^5 + 31$
77	$2^6 + 13$
135	$2^7 + 7$
1065	$2^{10} + 41$
. . . .	. . . . . .

ഏതാണ്ട് മൂന്നു ദശലക്ഷം സംഖ്യകൾ പരിശോധിച്ച ശേഷമാണ് പോളിനാക് ഈ പ്രഖ്യാപനം നടത്തിയത്. എന്നാൽ 127 എന്ന സംഖ്യ എന്തുകൊണ്ടോ അദ്ദേഹത്തിന്റെ ശ്രദ്ധയിൽ പെടാതെ പോയി. 127 ഒരു ഒറ്റ സംഖ്യയാണല്ലോ. ഇതിനെ മുമ്പു പറഞ്ഞ രീതിയിൽ 2 ന്റെ ഒരു കൃതിയുടേയും ഒരു അഭാജ്യ സംഖ്യയുടേയും തുകയായി എഴുതാൻ കഴിയില്ല.

$127 - 2$	=	125	=	5×25
$127 - 2^2$	=	123	=	3×41
$127 - 2^3$	=	119	=	7×17
$127 - 2^4$	=	111	=	3×37
$127 - 2^5$	=	95	=	5×19
$127 - 2^6$	=	63	=	3×21

എത്ര വലിയ ശാസ്ത്രജ്ഞന്മാർക്കും നോട്ടപ്പിശകു പറ്റാം എന്നതിന് ഒരു ഉദാഹരണമാണിത്.

36

കൊളാട്സ് പ്രമേയം

തെളിയിക്കപ്പെടാതെ കിടക്കുന്ന സിദ്ധാന്തങ്ങളാണ് പ്രമേയങ്ങൾ 1937 ൽ ജർമ്മൻ ഗണിതശാസ്ത്രജ്ഞനായ ലോതർ കൊളാട്സ് (Lothar Collatz)കണ്ടുപിടിച്ച ഒരു പ്രമേയമാണ് ഇവിടെ അവതരിപ്പിക്കുന്നത്. ഇതിന് 3×+ 1 problemഎന്നു പറയും.

Lothar Collatz
(1910 - 1990)

കൊളാട്സ് പോസിറ്റീവ് പൂർണ സംഖ്യയിൽ ആരംഭിക്കുന്ന കുറേ ശ്രേണികൾ എഴുതി നോക്കി. ഒരു പ്രത്യേക നിബന്ധനയ്ക്കു വിധേയമായാണ് അദ്ദേഹം ശ്രേണികൾ എഴുതിയത്. ഒറ്റ സംഖ്യയെങ്കിൽ 3 കൊണ്ട് ഗുണിച്ച് 1 കൂട്ടുക. ഇരട്ടസംഖ്യയെങ്കിൽ പകുതി എഴുതുക.

ശ്രേണി 7 ൽ തുടങ്ങുന്നു എന്നു കരുതുക. 7 ഒറ്റ സംഖ്യയാണ്. അപ്പോൾ അടുത്ത പദം കിട്ടാൻ 3 കൊണ്ട് ഗുണിച്ച് 1 കൂട്ടുന്നു. 22 കിട്ടും. 22 ഇരട്ടസംഖ്യയാണ്. അടുത്ത സംഖ്യ 22 ന്റെ പകുതി 11. വീണ്ടും ഒറ്റസംഖ്യ വന്നു. 3 കൊണ്ടു ഗുണിച്ച് 1 കൂട്ടിയാൽ 34. ഇതാണ് അടുത്ത സംഖ്യ. പകുതി എടുത്താൽ 17. ഇങ്ങനെ തുടർന്നാൽ ശ്രേണി ചുവടെ കാണുന്ന രീതിയിലായിരിക്കും അവസാനിക്കുക.

7, 22, 11, 34, 17, 52, 26, 13, 40, 20, 10, 5, 16, 8, 4, 2, 1

ഇനി 3 ൽ തുടങ്ങുന്ന ഒരു ശ്രേണി കാണുക.

3, 10, 5, 16, 8, 4, 2, 1

ഇനി തുടക്കം 9 ൽ ആയാലോ?

9, 28, 14, 7, 22, 11, 34, 17, 52, 26, 13, 40, 20, 10, 5, 16, 8, 4, 2, 1

12 ഒരു ഇരട്ട സംഖ്യയാണല്ലോ. 12 ൽ തുടങ്ങുന്ന ശ്രേണി എഴുതി നോക്കാം. : 12, 6, 3, 10, 5, 16, 8, 4, 2, 1

നമ്മൾ എഴുതിയ എല്ലാ ഉദാഹരണങ്ങളിലും ശ്രേണി 4 – 2 – 1 ൽ അവസാനിക്കുന്നതായി കാണാം. കൊളാട്സ് 2.702 × 10^{16} പൂർണ സംഖ്യകൾ പരിശോധിച്ചതിൽ ഒന്നുപോലും 4–2 – 1 ൽ അല്ലാതെ അവസാനിക്കുന്നതായി കണ്ടില്ല. കൊളാട്സിനു ശേഷം ഈ പ്രമേയം തെളിയിക്കാനുള്ള പരിശ്രമത്തിലാണ് ഗണിതശാസ്ത്രലോകം. എന്നാൽ ആർക്കും തന്നെ വിജയത്തിലെത്താൻ കഴിഞ്ഞിട്ടില്ല.

ഫെർമയുടെ അവസാന സിദ്ധാന്തത്തിനു തെളിവു കണ്ടുപിടിക്കാൻ ഏകദേശം 350 വർഷങ്ങൾ വേണ്ടി വന്നതു പോലെ ഈ സിദ്ധാന്തം തെളിയിക്കാനും ഒരു ആൻഡ്രൂവൈൽസ് ജനിച്ചുകൂടെന്നില്ല. അവസാനിക്കാത്ത അന്വേഷണമാണ് ഗണിതശാസ്ത്രത്തിന്റെ വളർച്ച. നമുക്കും ആ പരിശ്രമത്തിൽ പങ്കു ചേരാം.

37
കണക്ക് എന്തെളുപ്പം !

'2 ൽ അവസാനിക്കുന്ന രണ്ടക്ക സംഖ്യകളുടെയും 3 ൽ അവസാനിക്കുന്ന രണ്ടക്ക സംഖ്യകളുടെയും തുകകൾ തമ്മിലുള്ള വ്യത്യാസമെന്ത്?' ചിക്കു കൂട്ടുകാരോട് ചോദിച്ചു.

എഴുതിക്കൂട്ടാതെ മനക്കണക്കായി ഉത്തരം പറയണമെന്നുകൂടി അവൾ പറഞ്ഞു. കുറേ നേരം കഴിഞ്ഞിട്ടും കൂട്ടുകാർ ഉത്തരം പറയാതെ വന്നപ്പോൾ ചിക്കു ഇടപെട്ടു. 12, 22, 32, 42, 52, 62, 72, 82, 92 ഇവയാണല്ലോ 2 ൽ അവസാനിക്കുന്ന രണ്ടക്ക സംഖ്യകൾ. അതുപോലെ 13, 23, 33, 43, 53, 63, 73, 83, 93 ഇവയാണ് 3 ൽ അവസാനിക്കുന്ന രണ്ടക്ക സംഖ്യകൾ. ചിക്കു ഇതൊരു പട്ടികയാക്കി.

2 ൽ അവസാനിക്കുന്നത്	3 ൽ അവസാനിക്കുന്നത്
12	13
22	23
32	33
42	43
52	53
62	63
72	73
82	83
92	93

ചിക്കു പറഞ്ഞു 'തുകകൾ തമ്മിലുള്ള വ്യത്യാസം കാണാൻ കൂട്ടുകയും വേണ്ട കുറക്കുകയും വേണ്ട. എളുപ്പവഴിയിൽ ഉത്തരം പറയാം. 12, 13 എന്ന ഒരു ജോടി സംഖ്യകൾ പരിശോധിക്കുക. ഇവ തമ്മിലുള്ള വ്യത്യാസം 1. ഇങ്ങനെ 9 ജോടികളുണ്ട്. 9 ജോടികളുടെ വ്യത്യാസം 9 × 1 = 9. ഇതായിരിക്കും തുകകൾ തമ്മിലുള്ള വ്യത്യാസം.'

'ഇനി 5 ൽ അവസാനിക്കുന്ന രണ്ടക്ക സംഖ്യകളുടെയും 7 ൽ അവസാനിക്കുന്ന രണ്ടക്ക സംഖ്യകളുടെയും 7ൽ അവസാനിക്കുന്ന രണ്ടക്ക സംഖ്യകളുടെയും തുകകൾ തമ്മിലുള്ള വ്യത്യാസം കാണാം.' ചിക്കു പറഞ്ഞു. 'ആദ്യത്തെ ജോടി 15, 17 ഇവയാണ്. വ്യത്യാസം 17 – 15 = 2. ഇങ്ങനെ 9 ജോടികൾ. ആകെ വ്യത്യാസം 9 × 2 = 18. ഇതായിരിക്കും തുകകൾ തമ്മിലുള്ള വ്യത്യാസം.'

3 ൽ അവസാനിക്കുന്ന രണ്ടക്ക സംഖ്യകളുടെയും 8 ൽ അവസാനിക്കുന്ന രണ്ടക്ക സംഖ്യകളുടെയും തുകകൾ തമ്മിലുള്ള വ്യത്യാസം കൂട്ടുകാർ സ്വയം കണക്കുകൂട്ടി. ആദ്യത്തെ ജോടി 13, 18. ഇവ തമ്മിലുള്ള വ്യത്യാസം 18 – 13 = 5. ആകെ 9 ജോടികൾ. അപ്പോൾ ആകെ വ്യത്യാസം 9 × 5 = 45.

കണക്ക് എന്തെളുപ്പമാണ് അല്ലേ?

38

ത്രികോണ സംഖ്യകളും സമചതുര സംഖ്യകളും

ത്രികോണ സംഖ്യകൾ എന്നു പറഞ്ഞാൽ ത്രികോണാകൃതിയിൽ വിന്യസിക്കാവുന്ന സംഖ്യകൾ എന്നാണർത്ഥം. 1, 3, 6, 10, 15, 21, 28, 36, 45, 55, 66, 78, 91, ... എന്നിങ്ങനെ പോകുന്നു ശ്രേണി.

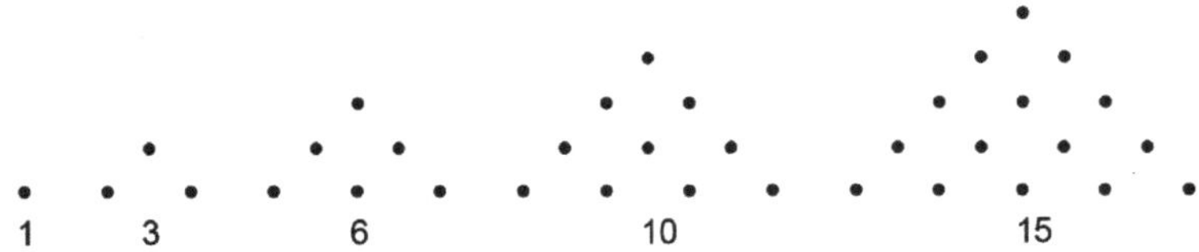

പദങ്ങൾ തമ്മിലുള്ള പരസ്പരബന്ധം മനസ്സിലാക്കാൻ ചുവടെ ചേർത്തിരിക്കുന്ന പട്ടിക കാണുക.

1	1
1 + 2	3
1 + 2 + 3	6
1 + 2 + 3 + 4	10
1 + 2 + 3 + 4 + 5	15
1 + 2 + 3 + 4 + 5 + 6	21
1 + 2 + 3 + 4 + 5 + 6 + 7	28

$T_n = \frac{n(n+1)}{2}$ എന്ന സൂത്രവാക്യമുപയോഗിച്ച് ത്രികോണ സംഖ്യയിലെ ഏതു പദവും കണ്ടുപിടിക്കാം. 36–ാം പദം 666 ഉം 666–ാം പദം 222111 ഉം ആണെന്നറിയുന്നത് കൗതുകമുള്ള കാര്യമല്ലേ.

ഇനി സമചതുര സംഖ്യയിലേക്കു വരാം. സമചതുരാകൃതിയിൽ വിന്യസിക്കാവുന്ന സംഖ്യകളാണിവ. ഓരോ സമചതുരത്തിലെയും പൊട്ടുകളുടെ ആകെ എണ്ണമെടുത്താൽ 1, 4, 9, 16, 25, 36, 49, 64, ... എന്ന ശ്രേണി കിട്ടും. ഈ ശ്രേണിയിൽപ്പെട്ട സംഖ്യകളാണ് സമചതുര സംഖ്യകൾ.

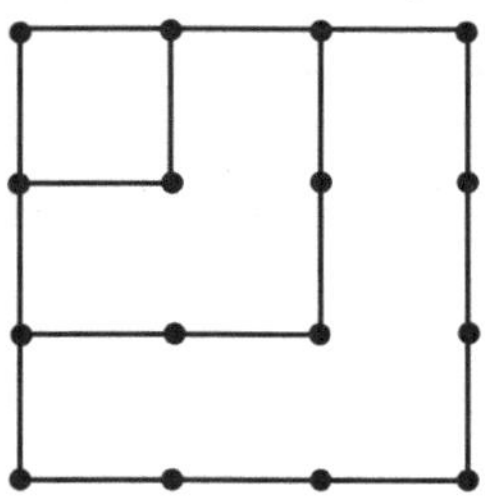

അടുത്തടുത്ത രണ്ടു ത്രികോണ സംഖ്യകളുടെ തുക എല്ലായ്പ്പോഴും ഒരു സമചതുര സംഖ്യ അഥവാ പൂർണവർഗമായിരിക്കും.

1 + 3	=	4	$T_1 + T_2$	=	S_2
3 + 6	=	9	$T_2 + T_3$	=	S_3
6 + 10	=	16	$T_3 + T_4$	=	S_4
10 + 15	=	25	$T_4 + T_5$	=	S_5
15 + 21	=	36	$T_5 + T_6$	=	S_6
21 + 28	=	49	$T_6 + T_7$	=	S_7
28 + 36	=	64	$T_7 + T_8$	=	S_8
36 + 45	=	81	$T_8 + T_9$	=	S_9
45 + 55	=	100	$T_9 + T_{10}$	=	S_{10}

ത്രികോണ സംഖ്യകൾക്ക് T1, T2, T3,. . . . . എന്നിങ്ങനെയും സമ ചതുര സംഖ്യകൾക്ക് S1, S2, S3,. . . . .എന്നിങ്ങനെയും പേരു കൊടുത്താൽ മുകളിൽ കാണിച്ചിരിക്കുന്ന രീതിയിൽ പട്ടിക മാറ്റി എഴുതാം.

ഓരോ ത്രികോണ സംഖ്യയേയും 8 കൊണ്ടു ഗുണിച്ച് 1 കൂട്ടിയ പട്ടികയാണ് ചുവടെ കൊടുത്തിരിക്കുന്നത്. ഉത്തരം എല്ലായ്പോഴും ഒരു സമചതുര സംഖ്യയാണെന്നു കാണാം.

$1 \times 8 + 1$	=	9
$3 \times 8 + 1$	=	25
$6 \times 8 + 1$	=	49
$10 \times 8 + 1$	=	81
$15 \times 8 + 1$	=	121
$21 \times 8 + 1$	=	169
$28 \times 8 + 1$	=	225

ത്രികോണ സംഖ്യകളുടെ മറ്റൊരു പ്രത്യേകത കാണുക. n-ാ മത്തെ ത്രികോണ സംഖ്യയുടെ വർഗം ആദ്യത്തെ n ക്യൂബുകളുടെ തുകയ്ക്ക് തുല്യമായിരിക്കും. പട്ടിക കാണുക.

1^2	=	1^3
3^2	=	$1^3 + 2^3$
6^2	=	$1^3 + 2^3 + 3^3$
10^2	=	$1^3 + 2^3 + 3^3 + 4^3$
15^2	=	$1^3 + 2^3 + 3^3 + 4^3 + 5^3$

രണ്ടു ത്രികോണ സംഖ്യകളുടെ തുക മറ്റൊരു ത്രികോണ സംഖ്യ ആണെന്നു വരാം. അതുപോലെ അവ തമ്മിലുള്ള വ്യത്യാസവും ത്രികോണ സംഖ്യയാവാം. ഇങ്ങനെ തുകയും വ്യത്യാസവും ത്രികോണ സംഖ്യകളായി വരുന്ന ആദ്യത്തെ ജോടി 15, 21 ഇവയാണ്.

15 + 21 = 36

21 - 15 = 6

36 ഉം 6 ഉം ത്രികോണ സംഖ്യകളാണ്. 15, 21 ഇവ കഴിഞ്ഞാൽ മുകളിൽ സൂചിപ്പിച്ച പ്രത്യേകതയുള്ള അടുത്ത ജോടി 780, 990 മാത്രമാണ്. അടുത്ത സംഖ്യ കണ്ടെത്താൻ ഏഴക്ക സംഖ്യകൾ വരെ തിരയണം.

ഏതൊരു സംഖ്യയേയും പരമാവധി മൂന്നു ത്രികോണ സംഖ്യകളുടെ തുകയായി എഴുതാം എന്നുള്ളതാണ് മറ്റൊരു പ്രത്യേകത.

10 = 1 + 3 + 6

19 = 3 + 6 + 10

27 = 6 + 21

36 = 15 + 21

46 = 10 + 15 + 21

ചില ത്രികോണ സംഖ്യകൾ ഇരുദിശ സംഖ്യകൾ (Palindromes) ആയിരിക്കും. അതായത് ഇടത്തു നിന്നു വലത്തോട്ടു വായിച്ചാലും വലത്തു നിന്ന് ഇടത്തോട്ടു വായിച്ചാലും മാറ്റമില്ലാത്ത സംഖ്യകൾ. 111-ാമത്തെ ത്രികോണ സംഖ്യ 617716 ആണ്. അതുപോലെ 111,111-ാമത്തെ ത്രികോണ സംഖ്യ 6172882716 ആണ്. ഇവയെല്ലാം ഇരുദിശ സംഖ്യകളാണല്ലോ.

39

ചുറ്റളവ് കാണാൻ എളുപ്പവഴി

ചതുരവും സമചതുരവും ഒക്കെ ക്ലാസ്സിൽ പഠിക്കുന്നുണ്ടല്ലോ. അതു കൂടാതെയും അവയ്ക്ക് പ്രത്യേകതകൾ ഉണ്ട്. അതിൽ ഒന്നാണ് ഇവിടെ ചർച്ച ചെയ്യുന്നത്.

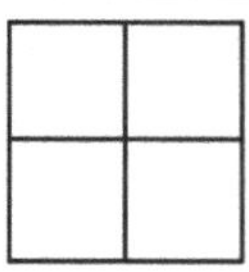

(1)

ഒരു 2×2 സമചതുരമാണ് ചിത്രത്തിൽ. ആകെ എത്ര സമചതുരങ്ങൾ ഉണ്ടെന്ന് എണ്ണി നോക്കുക. 5 എന്നായിരിക്കും ഉത്തരം.

$2^2 + 1^2 = 5$

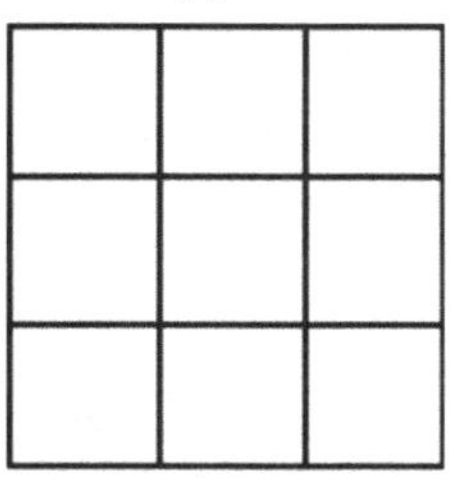

(2)

ഇവിടെ കാണുന്ന 3×3 സമചതുരത്തിൽ ആകെ എത്രസമചതുരങ്ങൾ ഉണ്ടെന്ന് പറയാമോ? ശ്രമകരമാണെങ്കിൽ എണ്ണി നോക്കുക. 14 സമചതുരങ്ങൾ ഉണ്ടെന്നു കാണാം. എളുപ്പവഴിയിൽ എണ്ണം പറയുന്നത് ഇങ്ങനെ.

$3^2 + 2^2 + 1^2 = 14$

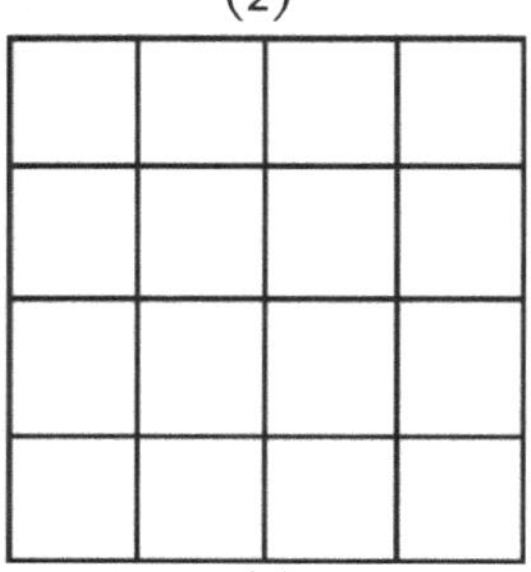

(3)

ഇനി ഒരു 4 × 4 സമചതുരം വരയ്ക്കണം

എളുപ്പവഴിയിൽ സമചതുരങ്ങളുടെ എണ്ണം പറയേണ്ടത് ഇങ്ങനെ.

$4^2 + 3^2 + 2^2 + 1^2 = 30$

ഇതുവരെ കിട്ടിയ വിവരങ്ങൾ ചുരുക്കിയെഴുതാം.

	സമചതുരങ്ങളുടെ എണ്ണം
1 × 1	$1^2 = 1$
2 × 2	$2^2 + 1^2 = 5$
3 × 3	$3^2 + 2^2 + 1^2 = 14$
4 × 4	$4^2 + 3^2 + 2^2 + 1^2 = 30$
5 × 5	$5^2 + 4^2 + 3^2 + 2^2 + 1^2 = 55$

ഇനി ചുറ്റളവ് കാണുന്നത് എങ്ങനെയെന്നു പഠിക്കാം. ചിത്രം(1) ൽ ആകെ 5 സമചതുരങ്ങൾ ഉണ്ട്. ഈ 5 എണ്ണത്തിന്റെയും കൂടി ചുറ്റളവ് എത്രയെന്നാണ് അറിയേണ്ടത്. അതിനും എളുപ്പവഴി ഉണ്ട്. 4 ന്റെ ആദ്യത്തെ 2 ഗുണിതങ്ങൾ 4, 8 ഇവയാണ്. ഈ സംഖ്യകൾ കൊണ്ട് 12 നെയും 22 നെയും ഗുണിച്ചാൽ ആകെ ചുറ്റളവ് കിട്ടും.

ആകെ സമചതുരങ്ങൾ = $2^2 + 1^2$

ആകെ ചുറ്റളവ് = $(2^2)\ 4 + (1)^2\ 8$

= 24

ചിത്രം(2) ൽ 14 സമചതുരങ്ങൾ ഉണ്ട്. ആകെ ചുറ്റളവ് കണക്കാക്കാം. 4 ന്റെ ആദ്യത്തെ 3 ഗുണിതങ്ങൾ 4, 8, 12 ഇവയാണ്. ഗുണിച്ചിരിക്കുന്നത് ശ്രദ്ധിക്കുക.

ആകെ സമചതുരങ്ങൾ = $3^2 + 2^2 + 1^2$

ചുറ്റളവ് = $(3^2)\ 4 + (2^2)\ 8 + (1^2)\ 12$

= 80

ചിത്രം(3) ൽ 30 സമചതുരങ്ങൾ ഉണ്ട്. 4 ന്റെ ആദ്യത്തെ 4 ഗുണിതങ്ങൾ 4, 8, 12, 16 ഇവയാണ്. ഗുണിച്ചിരിക്കുന്നത് കാണുക.

ആകെ സമചതുരങ്ങൾ = $4^2 + 3^2 + 2^2 + 1^2$

ചുറ്റളവ് = $(4^2)\ 4 + (3^2)\ 8 + (2^2)\ 12 + (1^2)\ 16$

= 200

മുകളിൽ സൂചിപ്പിച്ച നിയമം ഓർത്തിരുന്നാൽ സമചതുരങ്ങളുടെ എണ്ണവും ആകെ ചുറ്റളവും എളുപ്പം പറയാൻ കഴിയും.

40

ശിഷ്ടം ഒന്നുതന്നെ

താഴെ കൊടുത്തിരിക്കുന്ന പട്ടിക ശ്രദ്ധിക്കുക.

ഒറ്റ സംഖ്യ	വർഗം	8 കൊണ്ടു ഹരിക്കുമ്പോൾ ശിഷ്ടം
3	9	1
5	25	1
7	49	1
9	81	1
11	121	1

അതായത് ഏത് ഒറ്റസംഖ്യയുടേയും വർഗത്തെ 8 കൊണ്ടു ഹരിച്ചാൽ ശിഷ്ടം 1 ആയിരിക്കും.

കുറേക്കൂടി വലിയ സംഖ്യകൾ എഴുതി നോക്കാം

$77 \times 77 \div 8$

$99 \times 99 \div 8$

$175 \times 175 \div 8$

$999 \times 999 \div 8$

എല്ലാം ഒറ്റസംഖ്യകളുടെ വർഗങ്ങളായതുകൊണ്ട് 8 കൊണ്ടു ഹരിക്കുമ്പോൾ ശിഷ്ടം 1 ആയിരിക്കുമെന്നു നിഷ്പ്രയാസം പറയാമല്ലോ?

41

3 ന്റെ ഗുണിതം

ഒരു സംഖ്യയിലെ അക്കങ്ങളുടെ തുക മൂന്നോ മൂന്നിന്റെ ഗുണിതങ്ങളോ ആയാൽ സംഖ്യയെ 3 കൊണ്ടു നിശ്ശേഷം ഹരിക്കാമെന്നു പഠിച്ചിട്ടുണ്ടല്ലോ? ഈ തത്വം എങ്ങനെ തെളിയിക്കാമെന്നു നോക്കാം.

അക്കങ്ങൾ ഇടത്തു നിന്നും x, y, z ആയ ഒരു മൂന്നക്ക സംഖ്യ എഴുതുന്നത്

$100x + 10y + z$ എന്നാണല്ലൊ. ഇതിലെ അക്കങ്ങളുടെ തുക 3 അല്ലെങ്കിൽ 3 ന്റെ ഒരു ഗുണിതം ആയിരിക്കണം. അതായത് $x + y + z= 3k$ ആയിരിക്കും. (k ഒരു നിസർഗ സംഖ്യ)

ഇനി ചുവടെ കാണുന്ന ക്രിയകൾ ശ്രദ്ധിക്കുക.

$$100x + 10y + z = 99x + 9y + x + y + z$$
$$= 99x + 9y + 3k$$
$$= 3(33x + 3y + k)$$

ഇതിൽ നിന്നും സംഖ്യ 3 ന്റെ ഗുണിതമാണെന്നു മനസ്സിലാക്കാമല്ലോ.

മൂന്നക്ക സംഖ്യയിലെന്ന പോലെ ഏതു സംഖ്യയ്ക്കും ഈ നിയമം ശരിയാണെന്നു തെളിയിക്കാൻ കഴിയും.

42

പരിപൂർണ സംഖ്യകൾ

ഏതാനും സംഖ്യകളും അവയുടെ ഘടകങ്ങളും ചുവടെ കൊടുത്തിരിക്കുന്നത് ശ്രദ്ധിക്കുക.

സംഖ്യ	ഘടകങ്ങൾ
1	1
2	1, 2
4	1, 2, 4
5	1, 5
6	1, 2, 3, 6
7	1, 7
8	1, 2, 4, 8
9	1, 3, 9
12	1, 2, 3, 4, 6, 12
20	1, 2, 4, 5, 10, 20
28	1, 2, 4, 7, 14, 28

ഒരു സംഖ്യയുടെ ഘടകങ്ങളുടെ തുക (സംഖ്യ ഒഴികെയുള്ളത്) ആ സംഖ്യയ്ക്കു തുല്യമാണെങ്കിൽ അതിനെ പരിപൂർണ സംഖ്യ എന്നു പറയുന്നു.

6 ആണ് ആദ്യത്തെ പരിപൂർണ സംഖ്യ. 6 ന്റെ സംഖ്യ ഒഴികെയുള്ള ഘടകങ്ങൾ 1, 2, 3 ഇവയാണ്.

6 = 1 + 2 + 3

28 ആണ് അടുത്ത പരിപൂർണ സംഖ്യ

28 = 1 + 2 + 4 + 7 + 14

പരിപൂർണ സംഖ്യകൾക്കുള്ള മറ്റൊരു പ്രത്യേകത ഇവയുടെ ഘട

കങ്ങളുടെ വ്യുത്ക്രമങ്ങളുടെ തുക എല്ലായ്പ്പോഴും 2 ആയിരിക്കുമെന്നുള്ളതാണ്.

6 ന്റെ ഘടകങ്ങൾ 1, 2, 3, 6

വ്യുത്ക്രമങ്ങളുടെ തുക $\frac{1}{1}+\frac{1}{2}+\frac{1}{3}+\frac{1}{6}=2$

28 ന്റെ ഘടകങ്ങൾ 1, 2, 4, 7, 14, 28

വ്യുത്ക്രമങ്ങളുടെ തുക $\frac{1}{1}+\frac{1}{2}+\frac{1}{4}+\frac{1}{7}+\frac{1}{14}+\frac{1}{28}=2$

43

$a^n - b^n$

a, b, n ഇവ പൂർണസംഖ്യകളായാൽ $a^n - b^n$ എന്നതിനെ a - b കൊണ്ടു നിശേഷം ഹരിക്കാം. ചില ഉദാഹരണങ്ങൾ കാണുക.

$5^2 - 3^2$ നെ 5 – 3 കൊണ്ടു നിശേഷം ഹരിക്കാൻ കഴിയുമോ എന്നു പരിശോധിക്കുക.

$5^2 - 3^2 = 25 - 9 = 16$

$5 - 3 = 2$

16 നെ 2 കൊണ്ടു നിശേഷം ഹരിക്കാം

$7^4 - 2^4$ നെ 7 – 2 കൊണ്ടു നിശേഷം ഹരിക്കാമോ എന്നു പരിശോധിക്കാം.

$7^4 - 2^4 = 2401 - 16 = 2385$

$7 - 2 = 5$

2385 നെ 5 കൊണ്ടു നിശേഷം ഹരിക്കാം.

ഇനി $10^3 - 7^3$ നെ 10 – 7 കൊണ്ടു ഹരിക്കാമോ എന്നു നോക്കാം.

$10^3 - 7^3 = 1000 - 343 = 657$

$10 - 7 = 3$

657 നെ 3 കൊണ്ടു നിശേഷം ഹരിക്കാം.

ഇങ്ങനെ നോക്കിയാൽ താഴെ പറയുന്ന ഓരോന്നും നിശേഷം ഹരിക്കാൻ കഴിയുന്നവയാണെന്നു കാണാം. മറ്റൊരു രീതിയിൽ പറഞ്ഞാൽ അവ തമ്മിൽ ഹരിച്ചാൽ ശിഷ്ടം പൂജ്യമായിരിക്കും.

$9^{11} - 7^{11} \div 9 - 7$

$10^{99} - 7^{99} \div 10 - 7$

$13^{66} - 3^{66} \div 13 - 3$

$99^{111} - 9^{111} \div 99 - 9$

$11^{999} - 7^{999} \div 11 - 7$

കൂടുതൽ ഉദാഹരണങ്ങൾ സ്വയം എഴുതി നോക്കുക.

44

ഒരു മാജിക്

നമുക്കൊരു മാജിക് പഠിക്കാം.

കൂട്ടുകാരോട് അവർക്കിഷ്ടമുള്ള ഒരു രണ്ടക്ക സംഖ്യ എഴുതാൻ പറയുക. എഴുതിയ സംഖ്യയിലെ അക്കങ്ങൾ തമ്മിലുള്ള വ്യത്യാസം നിങ്ങളോട് പറയണം.

27 ആണ് എഴുതിയതെങ്കിൽ അക്കങ്ങൾ തമ്മിലുള്ള വ്യത്യാസം 7 − 2 = 5

43 ആണ് സംഖ്യയെങ്കിൽ വ്യത്യാസം 4 − 3 = 1

ഇനി നിങ്ങൾ അടുത്ത നിർദ്ദേശം നൽകുന്നു. എഴുതിയ സംഖ്യയിലെ അക്കങ്ങൾ തിരിച്ചിട്ടു കിട്ടുന്ന സംഖ്യ എഴുതണം. എന്നിട്ട് ആദ്യത്തെ സംഖ്യയും ഇപ്പോൾ കിട്ടിയതും തമ്മിൽ കുറയ്ക്കാൻ പറയുക.

ഇനിയാണ് മാജിക്. കുറച്ചു കിട്ടുന്ന ഉത്തരം വിളിച്ചു പറഞ്ഞ് നിങ്ങൾക്കു കൂട്ടുകാരെ അത്ഭുതപ്പെടുത്താൻ കഴിയും.

വിദ്യ എന്തെന്നറിയേണ്ടേ ? നേരത്തേ കൂട്ടുകാർ പറഞ്ഞ വ്യത്യാസമുണ്ടല്ലോ. അതിനെ 9 കൊണ്ടു ഗുണിക്കുന്നതായിരിക്കും ഉത്തരം. വ്യത്യാസം 5 എങ്കിൽ ഉത്തരം 9 × 5 = 45. വ്യത്യാസം 2 എങ്കിൽ ഉത്തരം 9 × 2 = 18

ഒരുദാഹരണം കാണുക. ആദ്യമെഴുതിയ രണ്ടക്ക സംഖ്യ 81. (അക്കങ്ങൾ തമ്മിലുള്ള വ്യത്യാസം 8 − 1 = 7. അതുകൊണ്ട് 9 × 7 = 63 ആയിരിക്കും അവസാനം കിട്ടുന്ന ഉത്തരം)

81 ഉം അക്കങ്ങൾ തിരിച്ചു കിട്ടുന്ന സംഖ്യയും തമ്മിൽ കുറയ്ക്കുന്നു. 81 − 18 = 63.

നേരത്തെ കിട്ടിയ 9 × 7 = 63 തന്നെ.

കുറേക്കൂടി സംഖ്യകളെഴുതി സ്വയം പരിശീലിക്കുക. എന്നിട്ട് കൂട്ടുകാരുടെ മുമ്പിൽ മാജിക് അവതരിപ്പിച്ച് കയ്യടി നേടുക.

കുറിപ്പ്: ഈ മാജിക്കിൽ അടങ്ങിയിട്ടുള്ള ഗണിത നിയമം എന്തെന്നു നോക്കാം.

രണ്ടക്ക സംഖ്യ $10x + y$. അക്കങ്ങൾ തിരിച്ചിടുമ്പോൾ സംഖ്യ $10y + x$ എന്നാകും. തമ്മിൽ കുറയ്ക്കുക.

$$(10x + y) \quad (10y + x) = 9x - 9y$$
$$= 9(x - y)$$

സംഖ്യയിലെ അക്കങ്ങൾ തമ്മിലുള്ള വ്യത്യാസത്തെ 9 കൊണ്ടു ഗുണിച്ചതെന്തിനെന്ന് ഇപ്പോൾ മനസിലായല്ലോ.

45

$a^n + b^n$

a, b, n ഇവ പൂർണസംഖ്യകളായിരിക്കുകയും n ഒരു ഒറ്റസംഖ്യ ആവുകയും ചെയ്താൽ $a^n + b^n$ എന്നതിനെ a + b കൊണ്ടു നിശേഷം ഹരിക്കാൻ കഴിയും.

$7^3 + 2^3$ നെ 7 + 2 കൊണ്ടു നിശേഷം ഹരിക്കാൻ കഴിയുമോ എന്നു നോക്കാം.

$7^3 + 2^3$ = 343 + 8 = 351

7 + 2 = 9

351 നെ 9 കൊണ്ടു നിശേഷം ഹരിക്കാം

ഇനി $5^5 + 4^5$ നെ 5 + 4 കൊണ്ടു നിശേഷം ഹരിക്കാൻ കഴിയുമോ എന്നു പരിശോധിക്കാം.

$5^5 + 4^5$ = 3125 + 1025 = 4149

5 + 4 = 9

4149 നെ 9 കൊണ്ടു നിശേഷം ഹരിക്കാം.

$3^{11} + 2^{11}$ നെ 3 + 2 കൊണ്ടു ഹരിക്കാൻ പറ്റുമോ എന്നു നോക്കാം.

$3^{11} + 2^{11}$ = 177147 + 2048 = 179195

3 + 2 = 5

179195 നെ 5 കൊണ്ടു നിശേഷം ഹരിക്കാം.

മുകളിൽ പറഞ്ഞ നിയമം അനുസരിക്കുന്ന കുറെ ഉദാഹരണങ്ങൾ ചുവടെ കൊടുത്തിരിക്കുന്നു. ഓരോന്നിലും ഹരിച്ചു കിട്ടുന്ന ശിഷ്ടം പൂജ്യം ആയിരിക്കും.

$11^{11} + 7^{11} \div 11 + 7$

$47^3 + 13^3 \div 47 + 13$

$5^{99} + 7^{99} \div 5 + 7$

$101^{13} + 7^{13} \div 101 + 7$

$99^{111} + 11^{111} \div 99 + 11$

കൂടുതൽ ഉദാഹരണങ്ങൾ സ്വയം എഴുതുക.

46

പ്രായം പറയാം

ഇതാ മറ്റൊരു മാജിക്. ഈ മാജിക് ഉപയോഗിച്ച് ആരുടെ പ്രായവും നിങ്ങൾക്കു പറയാം.

കൂട്ടുകാരോട് അവർക്കിഷ്ടമുള്ള ആളിന്റെ പ്രായത്തോട് 7 കൂട്ടാൻ പറയുക. കൂട്ടിക്കിട്ടുന്ന സംഖ്യ അവിടെ നില്ക്കട്ടെ.

ഇനി പ്രായത്തിൽ നിന്ന് 4 കുറയ്ക്കാൻ പറയുക. ആദ്യം കൂട്ടിക്കിട്ടിയ സംഖ്യയും ഇപ്പോൾ കുറച്ചു കിട്ടിയ സംഖ്യയും കൂടി കൂട്ടണം.

കിട്ടിയ ഫലം എത്രയെന്ന് ചോദിക്കുക. പ്രായം നിങ്ങൾ പറയും. എങ്ങനെ? കൂട്ടുകാർ പറയുന്ന സംഖ്യയിൽ നിന്ന് 3 കുറച്ച് പകുതിയെടുക്കുന്നതായിരിക്കും പ്രായം.

27 എന്നാണ് കൂട്ടുകാർ പറയുന്നതെങ്കിൽ പ്രായം 12. 27 ൽ നിന്ന് 3 കുറച്ചാൽ 24. 24 ന്റെ പകുതി 12.

93 എന്നാണ് പറയുന്നതെങ്കിൽ പ്രായം 45. നന്നായി പ്രാക്ടീസു ചെയ്തിട്ടു വേണം കൂട്ടുകാരുടെ മുമ്പിൽ അവതരിപ്പിക്കാൻ

കുറിപ്പ്

പ്രായം	$10x + y$
7 കൂടി കൂട്ടുമ്പോൾ പ്രായം	$10x + y + 7$
4 കുറച്ചാൽ പ്രായം	$10x + y - 4$
4 ഇവ തമ്മിൽ കൂട്ടുമ്പോൾ	$10x + y + 7 + 108 + y - 4$
=	$20x + 2y + 3$

ഇതിൽ നിന്ന് 3 കുറച്ച് 2 കൊണ്ടു ഹരിച്ചാൽ $10x + y$ തന്നെ കിട്ടും. കൂട്ടുകാർ പറയുന്ന സംഖ്യയിൽ നിന്നും പ്രായം പറയുന്നതിന്റെ ഗണിതം ഇപ്പോൾ മനസിലായല്ലോ?

47

പരമാവധി വ്യത്യാസം

ഒരു നാലക്ക സംഖ്യയും അതിലെ അക്കങ്ങൾ തിരിച്ചിട്ടു കിട്ടുന്ന സംഖ്യയും തമ്മിലുള്ള പരമാവധി വ്യത്യാസം എന്ത്?

ഏറ്റവും വലിയ നാലക്കസംഖ്യ 9999 ഉം ഏറ്റവും ചെറുത് 1000 ഉം ആയതുകണ്ട് പരമാവധി വ്യത്യാസം 8999 എന്നായിരിക്കും നിങ്ങൾ ചിന്തിക്കുന്നത്. അതു ശരിയല്ല. 9900 ൽ നിന്ന് 0099 കുറയ്ക്കുമ്പോ

ഴാണ് വ്യത്യാസം പരമാവധി ആകുന്നത്. അതായത് 9900 – 99 = 980 നേരത്തെ കണ്ട 8999 നേക്കാൾ കൂടുതലാണല്ലോ ഇത്.

ഉത്തരം ശരിയാണോ എന്ന് എങ്ങനെ പരിശോധിക്കും? നോക്കാം നാലക്കസംഖ്യയും അത് തിരിച്ചിട്ടു കിട്ടുന്ന സംഖ്യയും ചുവടെ എഴുതിയിരിക്കുന്നത് ശ്രദ്ധിക്കുക.

$$1000x + 100y + 10z + k$$

$$1000k + 100z + 10y + x$$

കുറയ്ക്കുമ്പോൾ പരമാവധി വലിയ സംഖ്യ കിട്ടുന്നതിന് ഇടത്തേ അറ്റത്തെ x ന്റെ വില 9 ഉം k യുടെ വില പൂജ്യവും ആകണം. അടുത്ത സ്ഥാനവും ഇതുപോലെ തന്നെ. y യുടെ വില 9 ഉം z പൂജ്യവും ആകണം ഇപ്പോൾ അക്ഷരങ്ങളുടെയെല്ലാം വില കിട്ടി.

$x = 9 \quad y = 9 \quad z = 0 \quad k = 0$

അപ്പോൾ സംഖ്യകൾ ഇങ്ങനെ എഴുതണം.

	9 9 0 0
	0 0 9 9
വ്യത്യാസം	9 8 0 1

48

ക്രിയ ചെയ്യാതെ ശിഷ്ടം കാണാം

m ഒരു ഒറ്റസംഖ്യയാണെങ്കിൽ $a^m + 1$ നെ $a + 1$ കൊണ്ടു ഹരിച്ചാൽ ശിഷ്ടം പൂജ്യമായിരിക്കും. നിബന്ധനകൾ ഒരിക്കൽ കൂടി.

* m ഒരു ഒറ്റസംഖ്യയായിരിക്കണം
* a ഒറ്റയോ ഇരട്ടയോ ആകാം

ചുവടെ കൊടുത്തിരിക്കുന്ന പട്ടിക ശ്രദ്ധിക്കുക.

ഹാര്യം	ഹാരകം	ശിഷ്ടം
$2^3 + 1$	$2 + 1$	0
$3^5 + 1$	$3 + 1$	0
$4^7 + 1$	$4 + 1$	0
$5^9 + 1$	$5 + 1$	0
$6^{11} + 1$	$6 + 1$	0

ക്രിയ ചെയ്ത് ഉത്തരം ശരിയാണോ എന്നു പരിശോധിച്ചു നോക്കുക. ശരിയെന്നു ബോദ്ധ്യമായാൽ കുറേക്കൂടി വലിയ ഒറ്റസംഖ്യകൾ കൃത്യങ്ങളായി വരുന്ന മറ്റൊരു പട്ടിക എഴുതാം.

ഹാര്യം	ഹാരകം	ശിഷ്ടം
$7^{11} + 1$	$7 + 1$	0
$11^{11} + 1$	$11 + 1$	0
$9^{99} + 1$	$9 + 1$	0
$100^{7} + 1$	$100 + 1$	0
$77^{77} + 1$	$77 + 1$	0

$111^{111} + 1$ നെ 112 കൊണ്ടു ഹരിക്കുമ്പോൾ ശിഷ്ടം പൂജ്യം ആയിരിക്കുമെന്നു ഹരിച്ചു നോക്കാതെ പറയാൻ കഴിയുന്നതു രസമുള്ള ഒരു ഏർപ്പാടല്ലേ?

49

$$\frac{1}{\mathbf{a}} + \frac{1}{\mathbf{b}} = \frac{1}{\mathbf{c}}$$

a, b, c ഇവ പൊതുഘടകങ്ങളില്ലാത്ത പൂർണ സംഖ്യകളും $\frac{1}{a} + \frac{1}{b} = \frac{1}{c}$ യുമായാൽ a + b ഒരു പൂർണ വർഗമായിരിക്കും.

$$\frac{1}{3} + \frac{1}{6} = \frac{1}{2}$$

$$\frac{1}{4} + \frac{1}{12} = \frac{1}{3}$$

$$\frac{1}{5} + \frac{1}{20} = \frac{1}{4}$$

$$\frac{1}{6} + \frac{1}{30} = \frac{1}{5}$$

$$\frac{1}{7} + \frac{1}{42} = \frac{1}{6}$$

$$\frac{1}{8} + \frac{1}{56} = \frac{1}{7}$$

$$\frac{1}{9} + \frac{1}{72} = \frac{1}{8}$$

$$\frac{1}{10} + \frac{1}{90} = \frac{1}{9}$$

ഉദാഹരണങ്ങളെല്ലാം $\frac{1}{a} + \frac{1}{b} = \frac{1}{c}$ എന്ന മാതൃകയിലുള്ളതാണ്. ഒന്നാമത്തെ ഉദാഹരണത്തിൽ ഛേദങ്ങൾ 3, 6, 2 ഇവയാണ്. ഇവയ്ക്കു പൊതുഘടകമില്ല. 3 + 6 = 9. 9 പൂർണവർഗമാണല്ലോ.

രണ്ടാമത്തെ ഉദാഹരണത്തിൽ ഛേദങ്ങൾ 4, 12, 3 ഇവയാണ്. ഇവയ്ക്കു പൊതുഘടകമില്ല. 4 + 12 = 16, പൂർണവർഗം.

ഇതുപോലെ തുടർന്നുള്ള ഉദാഹരണങ്ങളും പരിശോധിക്കുക. കുറെക്കൂടി ഉദാഹരണങ്ങൾ സ്വന്തമായി എഴുതാൻ ശ്രമിക്കുമല്ലോ.

50

വർഗങ്ങളുടെ തുകയും മൂന്നും

$a^2 + b^2$ നെ 3 കൊണ്ടു നിശേഷം ഹരിക്കാമെങ്കിൽ a, b ഇവ ഓരോന്നിനെയും 3 കൊണ്ടു നിശേഷം ഹരിക്കാം. a,b ഇവ പൂർണ സംഖ്യകളായിരിക്കണം.

$12^2 + 15^2 = 144 + 225$

$= 369$

369 നെ 3 കൊണ്ടു നിശേഷം ഹരിക്കാം.

12, 15 ഇവ ഓരോന്നിനെയും 3 കൊണ്ട് നിശേഷം ഹരിക്കാം.

$18^2 + 24^2 = 324 + 576$

$= 900$

900 നെ 3 കൊണ്ടു നിശേഷം ഹരിക്കാം.

18, 24 ഇവ ഓരോന്നിനെയും 3 കൊണ്ട് ഹരിക്കാം.

$42^2 + 57^2 = 1764 + 3249$

$= 5013$

5013 നെ 3 കൊണ്ടു ഹരിക്കാം.

42, 57 ഇവ ഓരോന്നിനേയും 3 കൊണ്ട് ഹരിക്കാം.

$99^2 + 108^2 = 9801 + 11664$

$= 10965$

10965 നെ 3 കൊണ്ടു ഹരിക്കാം.

99, 108 ഇവയേയും 3 കൊണ്ട് ഹരിക്കാം.

51

$n^2 \div 3$

n ഏതൊരു പൂർണസംഖ്യ ആയാലും n^2 നെ 3 കൊണ്ടു ഹരിച്ചാൽ ശിഷ്ടം 1 അല്ലെങ്കിൽ 0 ആയിരിക്കും.

$n = 11$ ആയാൽ $n^2 = 121$

121 നെ 3 കൊണ്ട് ഹരിച്ചാൽ ശിഷ്ടം 1.

$n = 12$ ആയാൽ $n^2 = 144$

144 നെ 3 കൊണ്ട് ഹരിച്ചാൽ ശിഷ്ടം 0.

$n = 30$ ആയാൽ $n^2 = 900$

900 നെ 3 കൊണ്ട് ഹരിച്ചാൽ ശിഷ്ടം 0.

$n = 45$ ആയാൽ $n^2 = 2025$

2025 നെ 3 കൊണ്ട് ഹരിച്ചാൽ ശിഷ്ടം 0.

$n = 101$ ആയാൽ $n^2 = 10201$

10201 നെ 3 കൊണ്ട് ഹരിച്ചാൽ ശിഷ്ടം 1.

കൂടുതൽ ഉദാഹരണങ്ങൾ എഴുതി നിയമം ശരിയാകുന്നുണ്ടോ എന്നു പരിശോധിക്കുക.

52

$n^2 \div 4$

n ഒരു പൂർണസംഖ്യ ആയാൽ n^2 നെ 4 കൊണ്ടു ഹരിച്ചാൽ ശിഷ്ടം 0 അല്ലെങ്കിൽ 1 ആയിരിക്കും.

$n = 15$ ആയാൽ $n^2 = 225$

225 നെ 4 കൊണ്ട് ഹരിച്ചാൽ ശിഷ്ടം 1.

$n = 24$ ആയാൽ $n^2 = 576$

576 നെ 4 കൊണ്ട് ഹരിച്ചാൽ ശിഷ്ടം 0.

$n = 101$ ആയാൽ $n^2 = 10201$

10201 നെ 4 കൊണ്ട് ഹരിച്ചാൽ ശിഷ്ടം 1.

$n = 111$ ആയാൽ $n^2 = 12321$

12321 നെ 4 കൊണ്ട് ഹരിച്ചാൽ ശിഷ്ടം 1.

കൂടുതൽ ഉദാഹരണങ്ങൾ എഴുതി നിയമം ശരിയാകുന്നുണ്ടോ എന്നു പരിശോധിച്ച് നോക്കുക.

53

വർഗങ്ങളുടെ തുകയും ഏഴും

$a^2 + b^2$ നെ 7 കൊണ്ട് നിശേഷം ഹരിക്കാമെങ്കിൽ a, b ഇവ ഓരോന്നിനേയും 7 കൊണ്ടു നിശേഷം ഹരിക്കാം. a, b ഇവ പൂർണ സംഖ്യകളായിരിക്കണം.

$$21^2 + 35^2 = 441 + 1225 = 1666$$

1666 നെ 7 കൊണ്ട് നിശേഷം ഹരിക്കാം.

21, 35 ഇവയേയും 7 കൊണ്ട് ഹരിക്കാം.

$$14^2 + 21^2 = 196 + 441 = 637$$

637 നെ 7 കൊണ്ട് ഹരിക്കാം.

14, 21 ഇവയേയും 7 കൊണ്ട് ഹരിക്കാം.

$$42^2 + 56^2 = 1764 + 3136 = 4900$$

4900, 7 കൊണ്ട് ഹരിക്കാവുന്ന സംഖ്യയാണ്.

42, 56 ഇവയും 7 കൊണ്ട് ഹരിക്കാവുന്ന സംഖ്യകളാണ്.

54

ഫെർമയുടെ ലിറ്റിൽ തിയറം

ഫ്രഞ്ചു ഗണിത ശാസ്ത്രജ്ഞനായ ഫെർമ (Pierre de Fermat : 1601 - 1665)യുടെ പേരിൽ അറിയപ്പെടുന്ന Fermat's Little theorem ആണ് ഇവിടെ അവതരിപ്പിക്കുന്നത്.

(Pierre de Fermat : 1601 - 1665)

a ഒരു പൂർണ സംഖ്യയും P ഒരു അഭാജ്യ സംഖ്യയുമായിരുന്നാൽ a^P-a യെ P കൊണ്ടു നിശേഷം ഹരിക്കാം. ഉദാഹരണങ്ങൾ കാണുക. 10 ന് താഴെയുള്ള അഭാജ്യസംഖ്യ 2, 3, 5, 7 ഇവയാണ്.

$$2^3 - 2 = 8 - 2 = 6$$

6 നെ 3 കൊണ്ടു നിശേഷം ഹരിക്കാം.

$$3^7 - 3 = 2187 - 3 = 2184$$

2184 നെ 7 കൊണ്ടു നിശേഷം ഹരിക്കാം.

$$4^5 - 4 = 1024 - 4 = 1020$$

1020 നെ 5 കൊണ്ടു നിശേഷം ഹരിക്കാം.

$$5^3 - 5 = 125 - 5 = 120$$

120 നെ 3 കൊണ്ടു നിശേഷം ഹരിക്കാം.

$$6^3 - 6 = 216 - 6 = 210$$

210 നെ 3 കൊണ്ടു നിശേഷം ഹരിക്കാം.

കൂടുതൽ ഉദാഹരണങ്ങളെടുത്ത് പരിശോധിച്ച് നോക്കുക. P അഭാജ്യ സംഖ്യയും a പൂർണസംഖ്യയും ആയിരിക്കണമെന്ന കാര്യം മറക്കരുത്.

55

രണ്ട് അഭാജ്യസംഖ്യകൾ

യുക്തി ബോധം പ്രശ്നപരിഹാരത്തിന് എങ്ങനെ തുണയാകുമെന്ന് കാണുക. തുക 999 വരുന്ന അഭാജ്യസംഖ്യകളുടെ എല്ലാ ജോടികളും കണ്ടുപിടിക്കണം. എത്ര ജോടികളുണ്ടെന്നോ അവ ഏതൊക്കെയെന്നോ പറയാനുള്ള സൂത്രവാക്യങ്ങളൊന്നും നമുക്കറിഞ്ഞുകൂടാ. ഇവിടെയാണ് യുക്തിചിന്തയുടെ പ്രാധാന്യം.

999 ഒരു ഒറ്റ സംഖ്യയാണ്. രണ്ടു സംഖ്യകളുടെ തുക ഒറ്റയാകണമെങ്കിൽ ഒന്ന് ഒറ്റയും മറ്റേത് ഇരട്ടയുമായിരിക്കണം. നമുക്ക് അഭാജ്യ സംഖ്യകളുടെ ജോടികളാണല്ലോ കണ്ടുപിടിക്കേണ്ടത്. അഭാജ്യ സംഖ്യകളുടെ കൂട്ടത്തിൽ ഒരേയൊരു ഇരട്ട സംഖ്യയേയുള്ളു, 2. അപ്പോൾ തുക 999 വരുന്ന അഭാജ്യ സംഖ്യകളുടെ ജോടി ഒന്നു മാത്രം; 2, 997. ഇതാണ് പ്രോബ്ലം സോൾവിംഗിൽ യുക്തി ചിന്തയുടെ സ്ഥാനം.

56

ക്രമീകരണം

പ്രോബ്ലം സോൾവിംഗ് എളുപ്പമാക്കുന്ന മറ്റൊരു വിദ്യയാണ് ക്രമീകരണവും ഗ്രൂപ്പ് തിരിക്കലും. ഒരുദാഹരണം കാണുക.

1, 2, 2, 3, 3, 3, 4, 4, 4, 4, 5, 5, 5, 5, 5, ...

എന്നിങ്ങനെ നൂറ് 100 വരെ എഴുതുന്നു. ആകെ 5050 സംഖ്യകളുണ്ടാവും. അവയുടെ വ്യുൽക്രമങ്ങളുടെ തുക എന്തായിരിക്കുമെന്നാണ് ചോദ്യം. അതായത് $\frac{1}{1}+\frac{1}{2}+\frac{1}{2}+\frac{1}{3}+\frac{1}{3}+\frac{1}{3}+$......എന്നിങ്ങനെ 5050 സംഖ്യകൾ കൂട്ടണം. ക്രമീകരണവും ഗ്രൂപ്പു തിരിക്കലും വഴി ക്രിയ എളുപ്പമാക്കിയിരിക്കുന്നതു ശ്രദ്ധിക്കുക.

സംഖ്യകൾ	തുക
$\frac{1}{1}$	1
$\frac{1}{2}+\frac{1}{2}$	1
$\frac{1}{3}+\frac{1}{3}+\frac{1}{3}$	1
$\frac{1}{4}+\frac{1}{4}+\frac{1}{4}+\frac{1}{4}$	1
$\frac{1}{5}+\frac{1}{5}+\frac{1}{5}+\frac{1}{5}+\frac{1}{5}$	1
. . . .	. . . . ..

ഇങ്ങനെ 100 ഗ്രൂപ്പുകൾ. ഓരോ ഗ്രൂപ്പിന്റെയും തുക 1. അപ്പോൾ 100 ഗ്രൂപ്പുകളുടേയും കൂടി തുക 100.

57

കണ്ണടച്ച് ശരാശരി പറയാം

15372, 34205, 27418, 20580 എന്നിങ്ങനെ നാലു സംഖ്യകൾ തന്നിരിക്കുന്നു. ഈ സംഖ്യകളുടെ തുകയുടെ എത്ര ശതമാനമാണ് അവയുടെ ശരാശരി എന്ന് കണ്ടുപിടിക്കണം.

തന്നിരിക്കുന്ന സംഖ്യകളുടെ തുക കണ്ട് അതിനെ നാലുകൊണ്ട് ഹരിച്ചാൽ ശരാശരി കിട്ടും. എന്നിട്ട് ഇപ്പോൾ കിട്ടിയ സംഖ്യ തുകയുടെ എത്ര ശതമാനമാണെന്ന് കണക്കു കൂട്ടണം. ചുരുക്കി പറഞ്ഞാൽ ശരാശരി, ശതമാനം എന്നീ രണ്ട് ആശയങ്ങൾ അറിഞ്ഞെങ്കിലേ കണക്ക് ചെയ്യാൻ പറ്റൂ.

ഇവിടെയാണ് യുക്തിപൂർവ്വമായ നിഗമനത്തിന്റെ (Intelligent guessing) പ്രസക്തി. ഏതു സംഖ്യയെ 4 കൊണ്ട് ഹരിച്ചാലും കിട്ടുന്നത് അതിന്റെ 25% ആണ്. അപ്പോൾ ശരാശരിയും വേണ്ട, ശതമാനവും വേണ്ട, കണ്ണടച്ച് 25% എന്നുത്തരമെഴുതാം.

58

മൂന്നക്ക സംഖ്യ

അക്കങ്ങൾ ഒന്നു വീതം കുറഞ്ഞു വരുന്ന ഒരു മൂന്നക്ക സംഖ്യ എഴുതുക.

876, 765, 432, 321 ഇവയെല്ലാം അക്കങ്ങൾ ഒന്നു വീതം കുറഞ്ഞു വരുന്ന മൂന്നക്ക സംഖ്യകളാണ്.

ഇങ്ങനെയുള്ള ഒരു മൂന്നക്ക സംഖ്യയെ അതിലെ അവസാനത്തെ രണ്ടക്കങ്ങൾ ചേർന്നു വരുന്ന രണ്ടക്ക സംഖ്യകൊണ്ടു ഗുണിക്കണം.

$876 \times 76 = 66576$

$765 \times 65 = 49725$

$432 \times 32 = 13824$

$321 \times 21 = 6741$

ഗുണനഫലം പറഞ്ഞാൽ ആദ്യത്തെ മൂന്നക്ക സംഖ്യ എതെന്ന് നിഷ്പ്രയാസം പറയാം. ഗുണനഫലത്തിൽ നാല് അല്ലെങ്കിൽ അഞ്ച് അക്കങ്ങൾ കാണും. നമുക്ക് ആദ്യത്തെ ഉദാഹരണം പരിശോധിക്കാം. ഗുണനഫലം 66576. അഞ്ച് അക്കങ്ങളുണ്ട്.

ഇതിൽ ഇടത്തേ അറ്റത്തെ രണ്ടക്കങ്ങൾ എടുക്കുക, 66. 66 നെ തുടർച്ചയായ രണ്ടു സംഖ്യകളുടെ ഗുണനഫലമായി എഴുതണം.

പറ്റത്തില്ലെന്നു കാണാം. 56 ആയിരുന്നെങ്കിൽ 8 × 7 = 56 എന്നെഴുതാമായിരുന്നു. 72 വന്നാൽ 9 × 8 = 72 എന്നെഴുതാം. എന്നാൽ 66 നെ ഈ രീതിയിൽ എഴുതാൻ കഴിയാത്തതുകൊണ്ട് 66 ൽ അടങ്ങുന്ന പരമാവധി ഗുണനഫലം എഴുതുക. 8 × 7 = 56 ആണ് പരമാവധി ഗുണനഫലം. അപ്പോൾ മൂന്നക്ക സംഖ്യയിലെ രണ്ടക്കങ്ങൾ കിട്ടി, 8 ഉം 7 ഉം. അക്കങ്ങൾ ഒന്നു വീതം കുറയുന്നതുകൊണ്ട് മൂന്നാമത്തെ അക്കം 6. മൂന്നക്ക സംഖ്യ 876.

അടുത്ത ഗുണനഫലം 49725. ഇടത്തേ അറ്റത്തെ രണ്ടക്കങ്ങൾ 49. 49 നെ തുടർച്ചയായ രണ്ടു സംഖ്യകളുടെ ഗുണനഫലമായി എഴുതാൻ കഴിയില്ല. അപ്പോൾ പരമാവധി ഗുണനഫലം എടുക്കണം. 7 × 6 = 42. മൂന്നക്ക സംഖ്യയിലെ ആദ്യത്തെ രണ്ടക്കങ്ങൾ 7, 6. മൂന്നാമത്തെ അക്കം 5. മൂന്നക്ക സംഖ്യ 765.

മൂന്നാമത്തെ ഉദാഹരണത്തിൽ ഇടത്തേ അറ്റത്തെ രണ്ടക്കങ്ങൾ 13. ഇത് തുടർച്ചയായ സംഖ്യകളുടെ ഗുണനഫലമല്ല. പരമാവധി ഗുണനഫലം 4 × 3 = 12. അപ്പോൾ മൂന്നക്ക സംഖ്യ 432 എന്നു കിട്ടും.

നാലാമത്തെ ഗുണനഫലത്തിൽ നാല് അക്കങ്ങളേയുള്ളു. അങ്ങനെ വരുമ്പോൾ ഇടത്തേ അറ്റത്തെ ഒരക്കം മാത്രം എടുത്താൽ മതിയാകും. സംഖ്യ 6. 6 നെ തുടർച്ചയായ രണ്ടു സംഖ്യകളുടെ ഗുണനഫലമായി എഴുതാം. 3 × 2 = 6. അപ്പോൾ മൂന്നക്ക സംഖ്യ 321 ആയിരിക്കും.

പരിചയിച്ചു കഴിഞ്ഞാൽ ക്രിയകളൊന്നും കൂടാതെ നിമിഷം കൊണ്ട് ഉത്തരം പറയാം.

59

ഘന വ്യത്യാസം

പത്തിൽ കുറഞ്ഞ തുടർച്ചയായ ഏതെങ്കിലും രണ്ടു സംഖ്യകൾ എഴുതുക. 3,4 7,8 8,9. എന്നിങ്ങനെ തുടർച്ചയായ ഏതു ജോടിയുമാകാം. മനക്കണക്കു കൂട്ടാനുള്ള സൗകര്യത്തിനാണ് 10 ൽ കുറഞ്ഞ സംഖ്യകൾ എടുക്കുന്നത്. വലിയ സംഖ്യകൾ എടുത്താലും മാജിക് ശരിയാകും കൂട്ടുകാർ ചെയ്യേണ്ടത് ഇത്രമാത്രം. പരിഗണിച്ച സംഖ്യകളുടെ ഘന വ്യത്യാസം കാണുക.

$8^3 - 7^3 = 169$

$5^3 - 4^3 = 61$

$7^3 - 6^3 = 127$

എന്നിങ്ങനെ വ്യത്യാസം കണ്ടുപിടിച്ചിട്ട് ഉത്തരം മാത്രം നിങ്ങളോടു പറയുന്നു. നിങ്ങൾ നിമിഷം കൊണ്ട് സംഖ്യകൾ വിളിച്ചു പറയും.

എങ്ങനെ? 169 എന്നു കൂട്ടുകാർ പറയുന്നു. 169ൽ നിന്ന് 1 കുറക്കുക. 168 കിട്ടും. ഇതിനെ 3 കൊണ്ടു ഹരിക്കുന്നു. ഉത്തരം 56. 56 നെ തുടർച്ച യായ രണ്ടു സംഖ്യകളുടെ ഗുണനഫലമായി എഴുതുക. 8 × 7 = 56. 8,7 ഇവയാണ് സംഖ്യകൾ.

ഇനി കൂട്ടുകാർ 127 എന്നു പറയുന്നു. നിങ്ങൾ അതിൽ നിന്ന് 1 കുറക്കുന്നു. 126 കിട്ടും. ഇതിനെ 3 കൊണ്ടു ഹരിച്ചാൽ ഉത്തരം 42. 7 × 6 = 42. 7,6 ഇവയാണ് സംഖ്യകൾ.

10 ൽ കൂടിയ സംഖ്യകളായാലും പ്രശ്നമില്ല. കൂട്ടുകാർ ഘന വ്യത്യാസം 721 എന്നു പറയുന്നു. 1 കുറച്ചാൽ 720. 3 കൊണ്ടു ഹരി ച്ചാൽ ഹരണ ഫലം 240. 16 × 15 = 240. 16, 15 ഇവ തുടർച്ചയായ സംഖ്യകളാണല്ലൊ. മനക്കണക്കു കൂട്ടാൻ പ്രയാസമുള്ളവർ ചെറിയ സംഖ്യകൾ പരിശീലിക്കുക.

60

11 കൊണ്ടു ഗുണിക്കാം

ഒരു സംഖ്യയെ 11 കൊണ്ടു ഗുണിക്കുന്നതിനുള്ള ട്രാഷൻ ബർഗ് രീതി യാണ് ഇവിടെ വിവരിക്കുന്നത്.

7632 × 11 എത്ര?

(1)		7	6	3	2
(2)	8	3	9	5	2

× 11

ക്രിയകൾ ചുവടെ കാണിച്ചിരിക്കുന്നു. ഒന്നാം വരിയിലെ 2 ഇറക്കി എഴുതുക. എന്നിട്ട് ഈ രണ്ട് അക്കങ്ങൾ വലത്തു നിന്നും ഇടത്തേക്ക് കൂട്ടി എഴുതിയിരിക്കുന്നു.

(1)	(2)
2	2
2 + 3	5
3 + 6	9
6 + 7	3 (1)
1 + 7	8

7632 × 11 = 83952

48321 × 11 എത്ര?

(1)		4	8	3	2	1	× 11
(2)	5	3	1	5	3	1	

(1)	(2)
1	1
1 + 2	3
2 + 3	5
3 + 8	1 (1)
1 + 8 + 4	3 (1)
1 + 4	5

48321 × 11 = 531531

7604321 × 11 എത്ര?

(1)		7	6	0	4	3	2	1	× 11
(2)	8	3	6	4	7	5	3	1	

(1)	(2)
1	1
1 + 2	3
2 + 3	5
3 + 4	7
4 + 0	4
0 + 6	6
6 + 7	3 (1)
1 + 7	8

7604321 × 11 = 83647531

ഇനി സ്വയം പരിശീലനം തുടരുക.

61

ഹരണം ട്രാഷൻബർഗ് രീതിയിൽ

ട്രാഷൻ ബർഗ് രീതിയിൽ ഹരണക്രിയ ചെയ്യുന്നതെങ്ങനെയെന്നു നോക്കാം. 75304263 നെ 24 കൊണ്ടു ഹരിക്കണമെന്നിരിക്കട്ടെ.

ആദ്യം 24 തുടരെ 10 തവണ കൂട്ടി എഴുതുക

```
 24  +
 24
----
 48  +
 24
----
 72  +
 24
----
 96  +
 24
----
120  +
 24
----
144  +
 24
----
168  +
 24
----
192  +
 24
----
216  +
 24
----
240
```

24 × 10 = 240 എന്ന് ഊഹിച്ചെഴുതാവുന്നതേയുള്ളുവെങ്കിലും ഓരോ ഘട്ടത്തിലും ലഭിക്കുന്ന സംഖ്യകൾ ഹരണത്തിന് ആവശ്യമായതു കൊണ്ട് എഴുതി കൂട്ടുക തന്നെ വേണം.

24 (1)	7 5 3 0 4 2 6 3	3137677
48 (2)	7 2	
72 (3)	3 3	
	2 4	
96 (4)	9 0	
	7 2	
120 (5)	1 8 4	
144 (6)	1 6 8	
	1 6 2	
168 (7)	1 4 4	
	1 8 6	
192 (8)	1 6 8	
	1 8 3	
216 (9)	1 6 8	
240 (10)	1 5	

1. 75 നു താഴെ അതിൽ നിന്നും കുറയ്ക്കാവുന്ന ഏറ്റവും വലിയ സംഖ്യ ഒന്നാം കോളത്തിൽ നിന്നും എടുത്തെഴുതുക. ഇവിടെ 72. 72 നെ കുറിക്കുന്ന 3 ആയിരിക്കും ഹരണഫലത്തിലെ ആദ്യ അക്കം.
2. കുറയ്ക്കുമ്പോൾ ശിഷ്ടം 3. അടുത്ത അക്കം ഇറക്കി എഴുതുമ്പോൾ സംഖ്യ 33 ആകും. 33 നു താഴെ അതിൽ നിന്നും കുറയ്ക്കാവുന്ന ഏറ്റവും വലിയ സംഖ്യ ഒന്നാം കോളം നോക്കി കണ്ടുപിടിക്കണം. 24 എന്നു കിട്ടും. 24 നെ കുറിക്കുന്ന 1 ഹരണ ഫലത്തിൽ എഴുതുക.
3. കുറച്ചു കിട്ടുന്ന ഫലം 9. അടുത്ത അക്കം ഇറക്കി എഴുതിയാൽ സംഖ്യ 90 ആകും. 90 ൽ നിന്നു കുറയ്ക്കാവുന്ന ഏറ്റവും വലിയ സംഖ്യ 72 ആണ്. 72 നെ കുറിക്കുന്ന 3 ഹരണഫലത്തിൽ എഴുതുക. കുറച്ചാൽ 18 കിട്ടും.
4. അടുത്ത അക്കം ഇറക്കി എഴുതിയാൽ സംഖ്യ 184 ആകും. 184 ൽ നിന്നും കുറയ്ക്കാവുന്ന ഏറ്റവും വലിയ സംഖ്യ 168 ആണെന്ന് ഒന്നാം കോളത്തിൽ നിന്നും മനസിലാക്കാം. 168 നെ കുറിക്കുന്ന 7 ഹരണ ഫലത്തിൽ എഴുതുക.
5. കുറക്കുമ്പോൾ 16 കിട്ടും. അടുത്ത അക്കം കൂടി ചേരുമ്പോൾ സംഖ്യ 162 ആകും. 162 ൽ നിന്നും കുറയ്ക്കാവുന്ന ഏറ്റവും വലിയ സംഖ്യ 144 ആണ്. 144 നെ കുറിക്കുന്ന 6 ഹരണഫലത്തിൽ എഴുതുക. കുറച്ചാൽ ശിഷ്ടം 18 കിട്ടും.

6. അടുത്ത അക്കം കൂടി എഴുതിയാൽ 186 കിട്ടും. 186 ൽ നിന്നു കുറയ്ക്കാവുന്ന ഏറ്റവും വലിയ സംഖ്യ 168. കുറച്ചാൽ 18 കിട്ടും. 168 ന്റെ 7 ഹരണ ഫലത്തിൽ എഴുതുക.
7. കുറച്ചു കിട്ടിയ 18 ന്റെ കൂടെ അടുത്ത അക്കം കൂടി എഴുതിയാൽ 183 ആകും. 183 ൽ നിന്നു കുറയ്ക്കാവുന്ന ഏറ്റവും വലിയ സംഖ്യ 168. 168 നെ കുറിക്കുന്ന 7 ഹരണ ഫലത്തിൽ എഴുതുക. കുറച്ചാൽ 15 കിട്ടും. അക്കങ്ങൾ എല്ലാം തീർന്നതുകൊണ്ട് ക്രിയ ഇവിടെ അവസാനിപ്പിക്കാം.
8. ഹരണഫലം 3137677 എന്നും ശിഷ്ടം 15 എന്നും കിട്ടുന്നു.

മറ്റൊരു ഉദാഹരണം കാണുക.

854324 നെ 46 കൊണ്ടു ഹരിക്കണം.

46+	46 (1)	8 5 4 3 2 4	1 8 5 7 2
46		4 6	
92+	92 (2)	3 9 4	
46		3 6 8	
138+	138 (3)	2 6 3	
46		2 3 0	
184+	184 (4)	3 3 2	
46		3 2 2	
230 +	230 (5)	1 0 4	
46		9 2	
276 +	276 (6)	1 2	
46			
322 +	322 (7)		
46			
368 +	368 (8)		
46			
414 +	414 (9)		
46			
460	460 (10)		

ഹരണ ഫലം = 18572

ശിഷ്ടം = 12

8711225 നെ 20 കൊണ്ടു ഹരിക്കുക.

```
 20 (1)   8 7 1 1 2 2 5        4 3 5 5 6 1
 40 (2)   8 0
          ---
 60 (3)     7 1
 80 (4)     6 0
            ---
100 (5)     1 1 1
120 (6)     1 0 0
            -----
140 (7)       1 1 2
160 (8)       1 0 0
              -----
180 (9)         1 2 2
200 (10)        1 2 0
                -----
                    2 5
                    2 0
                    ---
                      5
```

ഹരണ ഫലം = 435561

ശിഷ്ടം = 5

കൂടുതൽ ഉദാഹരണങ്ങളെടുത്ത് ഹരണം സ്വയം പരിശീലിക്കുക.

62

കുറയ്ക്കണോ കൂട്ടിയാൽ പോരെ?

രണ്ടു സംഖ്യകൾ കുറയ്ക്കുന്നതിനു പകരം അവ തമ്മിൽ കൂട്ടിയാൽ മതിയെന്നു പറഞ്ഞാൽ ആരെങ്കിലും വിശ്വസിക്കുമോ ? നമുക്ക് 875 ൽ നിന്നും 364 കുറയ്ക്കണമെന്നിരിക്കട്ടെ.

```
 875
-364
----
```

അടിയിൽ എഴുതിയിരിക്കുന്ന 364 ലെ ഓരോ അക്കവും 9 ൽ നിന്നു കുറച്ച് അതാതു സ്ഥാനത്തു തന്നെ എഴുതണം

```
875
635
---
```

ഇനി കുറയ്ക്കുകയല്ല. കൂട്ടുകയാണു വേണ്ടത്.

```
  875
+ 635
-----
 1510
```

ഇനി ഈ സംഖ്യയോട് 1 കൂടി കൂട്ടുക. 1511 കിട്ടും. ഇടത്തേ അറ്റത്തെ ഒരക്കം ഉപേക്ഷിച്ചാൽ 511. ഇതായിരിക്കും തന്നിരിക്കുന്ന സംഖ്യകൾ കുറച്ചാൽ കിട്ടുന്ന ഉത്തരം.

മറ്റൊരു ഉദാഹരണം നോക്കാം.

739 ൽ നിന്ന് 274 കുറയ്ക്കണം.

1. 739 – 274
2. രണ്ടാമത്തെ സംഖ്യയിലെ ഓരോ അക്കവും 9 ൽ നിന്നു കുറച്ചെഴുതി സംഖ്യകൾ തമ്മിൽ കൂട്ടുക.

   739 + 725 = 1464
3. ഈ സംഖ്യയോട് 1 കൂട്ടുക. 1465
4. ഇടത്തേ അറ്റത്തെ അക്കം ഉപേക്ഷിക്കുക. 465.
5. 465 ആണ് കുറച്ച് കിട്ടുന്ന ഉത്തരം.

ഇനി നാലക്ക സംഖ്യകൾ പരിശോധിക്കാം.

6734 ൽ നിന്നും 2382 കുറയ്ക്കുക.

1. 6734 – 2382
2. രണ്ടാമത്തെ സംഖ്യയിലെ ഓരോ അക്കവും 9 ൽ നിന്നും കുറച്ചെഴുതി സംഖ്യകൾ തമ്മിൽ കൂട്ടുക.

   6734 + 7617 = 14351
3. 1 കൂടി കൂട്ടുക. 14351 + 1 = 14352
4. ഇടത്തേ അറ്റത്തെ അക്കം ഉപേക്ഷിക്കുക.
5. 4352 ആണ് ഉത്തരം.

ഒരു ചോദ്യം കൂടി.

67853 ൽ നിന്ന് 34265 കുറയ്ക്കുക.

1. 67853 – 34265
2. രണ്ടാമത്തെ സംഖ്യയിലെ അക്കങ്ങൾ 9 ൽ നിന്നു കുറച്ച് സംഖ്യകൾ തമ്മിൽ കൂട്ടുക.

   67853 + 65734 = 133587
3. ഇതിനോട് 1 കൂടി കൂട്ടുക. 133588
4. ഇടത്തേ അറ്റത്തെ അക്കം ഉപേക്ഷിക്കുക.
5. 33588 ആണ് ഉത്തരം.

ഇനി കൂടുതൽ ഉദാഹരണങ്ങളെടുത്ത് സ്വയം പരിശീലിക്കുക.

63

11 കൊണ്ടുള്ള ഹരണം

ഒരു സംഖ്യയെ 11 കൊണ്ടു നിശേഷം ഹരിക്കാൻ കഴിയുമോ എന്നറിയാനുള്ള എളുപ്പവഴിയാണ് നമ്മളിവിടെ ചർച്ച ചെയ്യുന്നത്. സംഖ്യ 9447432262 ആണെന്നിരിക്കട്ടെ. ഇടത്തു നിന്നും ഒന്നിടവിട്ട അക്കങ്ങളുടെ തുക കാണുക.

9 + 4 + 4 + 2 + 6 = 25

ഇനി ശേഷിക്കുന്ന അക്കങ്ങളുടെ തുക കാണണം.

4 + 7 + 3 + 2 + 2 = 18

ഇനി ഈ തുകകൾ തമ്മിലുള്ള വ്യത്യാസം കാണുക.

25 − 18 = 7

വ്യത്യാസം പൂജ്യമോ 11 ന്റെ ഗുണിതമോ ആയാൽ തന്നിരിക്കുന്ന സംഖ്യയെ 11 കൊണ്ടു നിശേഷം ഹരിക്കാം. ഇവിടെ വ്യത്യാസം 7 ആയതുകൊണ്ട് 11 കൊണ്ടു ഹരിക്കാൻ കഴിയില്ല.

ഇനി സംഖ്യ 5849866799 ആയാലോ?

മുകളിൽ പറഞ്ഞ ക്രിയകൾ ആവർത്തിക്കാം.

5 + 4 + 8 + 6 + 9 = 32

8 + 9 + 6 + 7 + 9 = 39

39 − 32 = 7

11 കൊണ്ട് ഹരിക്കാൻ കഴിയില്ല.

സംഖ്യ 756848763 എന്നിരിക്കട്ടെ.

7 + 6 + 4 + 7 + 3 = 27

5 + 8 + 8 + 6 = 27

27 − 27 = 0

തന്നിരിക്കുന്ന സംഖ്യയെ 11 കൊണ്ടു നിശേഷം ഹരിക്കാം.

ഒരു ഉദാഹരണം കൂടി.

സംഖ്യ 7012901342

7 + 1 + 9 + 1 + 4 = 22

0 + 2 + 0 + 3 + 2 = 7

22 − 7 = 15

11 കൊണ്ടു ഹരിക്കാൻ കഴിയില്ല. ഇനി സ്വയം പരിശീലനം തുടരുക.

64

എളുപ്പവഴി

പ്രയാസമെന്നു തോന്നുന്ന ചില ചോദ്യങ്ങൾ എളുപ്പവഴിയിൽ ചെയ്യാൻ കഴിയും. 10 ആളുകൾ ദിവസം 12 മണിക്കൂർ വീതം 12 ദിവസം ജോലി ചെയ്താൽ 20 കളിപ്പാട്ടങ്ങൾ ഉണ്ടാക്കാം. എങ്കിൽ 24 ആളുകൾ ദിവസം 16 മണിക്കൂർ വീതം ജോലി ചെയ്താൽ എത്ര ദിവസം കൊണ്ട് 32 കളിപ്പാട്ടങ്ങൾ ഉണ്ടാക്കും?

M_1, M_2 ആളുകൾ

D_1, D_2 ദിവസങ്ങൾ

T_1, T_2 സമയം

W_1, W_2 ജോലി

എളുപ്പവഴിയിൽ ഉത്തരം കണ്ടുപിടിക്കാനുള്ള വാക്യം ഇങ്ങനെ

$M_1 D_1 T_1 W_2 =- M_2 D_2 T_2 W_1$

$M_1 = 10 \quad M_2 = 24$

$D_1 = 12 \quad D_2 = x$

$T_1 = 12 \quad T_2 = 16$

$W_1 = 20 \quad W_2 = 32$

$M_1 D_1 T_1 W_2 = M_2 D_2 T_2 W_1$

$10 \times 12 \times 12 \times 32 = 24 \times x \times 16 \times 20$

$$x = \frac{10\times12\times12\times32}{24\times16\times20}$$

x = 6 ദിവസം

20 ജോലിക്കാർ ദിവസം 5 മണിക്കൂർ വീതം ജോലി ചെയ്ത് 10 ദിവസം കൊണ്ട് ഒരു ജോലി തീർക്കും. എങ്കിൽ 25 ആളുകൾ ദിവസം 10 മണിക്കൂർ വീതം ജോലി ചെയ്താൽ എത്ര ദിവസം കൊണ്ട് ആ ജോലി തീർക്കാം?

ഇവിടെ രണ്ട് കൂട്ടരും ചെയ്യുന്നത് ഒരേ ജോലി ആയതുകൊണ്ട് W_1, W_2 ഇവയ്ക്ക് വില കൊടുക്കേണ്ടതില്ല.

$M_1 = 20 \quad M_2 = 25$

$D_1 = 10 \quad D_2 = x$

$T_1 = 5 \quad T_2 = 10$

$M_1 D_1 T_1 = - M_2 D_2 T_2$

$20 \times 10 \times 5 = 25 \times x \times 10$

$x = \frac{20 \times 10 \times 5}{25 \times 10}$

x = 4 ദിവസം

15 ആളുകൾ 16 ദിവസം കൊണ്ട് ഒരു ജോലി ചെയ്തു തീർക്കും എങ്കിൽ 24 ആളുകൾക്ക് ആ ജോലി ചെയ്തു തീർക്കാൻ എത്ര ദിവസം വേണ്ടി വരും?

$M_1 = 15 \quad M_2 = 24$

$D_1 = 16 \quad D_2 = x$

ഇവിടെ രണ്ട് അളവുകൾ മാത്രമേയുള്ളു.അപ്പോൾ വാക്യം ഇങ്ങനെ എഴുതാം

$M_1 D_1$ =- $M_2 D_2$

$15 \times 16 = 24 \times x$

$x = \frac{15 \times 16}{24}$

x = 10 ദിവസങ്ങൾ

ദിവസം 18 മണിക്കൂർ വീതം ജോലി ചെയ്ത് 20 ആളുകൾ 24 ദിവസം കൊണ്ട് 40 മെത്തകൾ ഉണ്ടാക്കും. എങ്കിൽ 16 മണിക്കൂർ വീതം ജോലി ചെയ്ത് 36 ആളുകൾ എത്ര ദിവസം കൊണ്ട് 48 മെത്തകൾ ഉണ്ടാക്കും?

$M_1 = 20 \quad M_2 = 36$

$D_1 = 24 \quad D_2 = x$

$T_1 = 18 \quad T_2 = 16$

$W_1 = 40 \quad W_2 = 48$

$M_1 D_1 T_1 W_2 = M_2 D_2 T_2 W_1$

$20 \times 24 \times 18 \times 48 = 36 \times x \times 16 \times 40$

$x = \frac{20 \times 24 \times 18 \times 48}{36 \times 16 \times 40}$

x = 18 ദിവസങ്ങൾ

65

ലാഭ നഷ്ടങ്ങൾ

ലാഭ നഷ്ടങ്ങൾ കണക്കാക്കുന്നതിനുള്ള ഒരു എളുപ്പവഴിയാണ് ഇവിടെ ചർച്ച ചെയ്യുന്നത്. 12 മാങ്ങ 10 രൂപയ്ക്കു വാങ്ങി 10 എണ്ണം 12 രൂപയ്ക്കു വിറ്റാൽ ലാഭം അല്ലെങ്കിൽ നഷ്ടം എത്ര ശതമാനം?

x വാങ്ങിയ എണ്ണത്തെയും y വിറ്റ എണ്ണത്തെയും കുറിക്കുന്നു

$\frac{(x^2 - y^2)}{y^2}$ 100% ആയിരിക്കും ലാഭം അല്ലെങ്കിൽ നഷ്ടം. പോസിറ്റീവ്

പിഹനം ലാഭത്തെയും നെഗറ്റീവ് നഷ്ടത്തെയും കുറിക്കുന്നു.

ഇവിടെ $x = 12$, $y = 10$

$$\frac{(x^2 - y^2)}{y^2} 100 = \frac{(144 - 100)}{100} 100$$
$$= 44\%$$

ലാഭം = 44%

4 ഓറഞ്ച് 5 രൂപയ്ക്കു വാങ്ങി 5 എണ്ണം 4 രൂപയ്ക്കു വിറ്റാൽ ലാഭം അല്ലെങ്കിൽ നഷ്ടം എത്ര ശതമാനം?

$x = 4$

$y = 5$

$$\frac{(x^2 - y^2)}{y^2} 100 = \frac{(16 - 25)}{25} 100$$
$$= - 9 \times 4$$
$$= - 36$$

നഷ്ടം = 36%

11 നാരങ്ങ 10 രൂപയ്ക്കു വാങ്ങി 10 നാരങ്ങ 11 രൂപയ്ക്കു വിറ്റാൽ ലാഭം അല്ലെങ്കിൽ നഷ്ടം എത്ര ശതമാനം?

$x = 11$

$y = 10$

$$\frac{(x^2 - y^2)}{y^2} 100 = \frac{(121 - 100)}{100} 100$$
$$= 21$$

ലാഭം = 21%

66

പലിശയിലുള്ള വ്യത്യാസം

കാലാവധി 2 വർഷമാണെങ്കിൽ നിശ്ചിത തുകയ്ക്ക് നിശ്ചിത നിരക്കിൽ ലഭിക്കുന്ന കൂട്ടുപലിശയും സാധാരണ പലിശയും തമ്മിലുള്ള വ്യത്യാസം എളുപ്പ വഴിയിൽ കണക്കാക്കാം.

1000 രൂപയ്ക്ക് 10% നിരക്കിൽ 2 വർഷത്തേക്കുള്ള കൂട്ടു പലിശയും സാധാരണ പലിശയും തമ്മിലുള്ള വ്യത്യാസമെന്ത്?

P = നിക്ഷേപം

r = പലിശ നിരക്ക്

$$\text{വ്യത്യാസം} = P\left(\frac{r}{100}\right)^2$$
$$= 1000 \times \left(\frac{10}{100}\right)^2$$
$$= 1000 \times \frac{1}{100}$$
$$= 10 \text{ രൂപ}$$

7500 രൂപയ്ക്ക് 4% നിരക്കിൽ 2 വർഷത്തേക്കു ലഭിക്കുന്ന കൂട്ടു പലിശയും സാധാരണ പലിശയും തമ്മിലുള്ള വ്യത്യാസമെന്ത്?

$$\text{വ്യത്യാസം} = P\left(\frac{r}{100}\right)^2$$
$$= 7500 \times \left(\frac{4}{100}\right)^2$$
$$= 7500 \times \frac{1}{625}$$
$$= 12 \text{ രൂപ}$$

60000 രൂപയ്ക്കു 15% നിരക്കിൽ 2 വർഷത്തേക്കുള്ള കൂട്ടുപലിശയും സാധാരണ പലിശയും തമ്മിലുള്ള വ്യത്യാസമെന്ത്?

$$\text{വ്യത്യാസം} = P\left(\frac{r}{100}\right)^2$$
$$= 60000 \times \left(\frac{15}{100}\right)^2$$
$$= 60000 \times \left(\frac{3}{20}\right)^2$$
$$= 60000 \times \frac{9}{400}$$
$$= 150 \times 9$$
$$= 1350 \text{ രൂപ}$$

67

നിരക്കും കാലവും

സാധാരണ പലിശയിൽ കാലയളവും പലിശ നിരക്കും കണക്കാക്കുന്നതിനുള്ള എളുപ്പ വഴിയാണ് നമ്മളിവിടെ ചർച്ച ചെയ്യുന്നത്.

സാധാരണ പലിശയ്ക്കു നിക്ഷേപിച്ചിരിക്കുന്ന ഒരു തുക 20 വർഷം കൊണ്ട് 3 മടങ്ങ് ആകുന്നുവെങ്കിൽ പലിശ നിരക്ക് എന്ത്?

x = 3 (എത്ര മടങ്ങ് എന്നതിനെ കുറിക്കുന്നു)

t = 20 (കാലയളവ്)

r = ? (പലിശ നിരക്ക്)

$r = \frac{(x-1)}{t}100$

$r = \frac{(3-1)}{20}100$

$r = \frac{2}{20} \times 100$

r = 10%

സാധാരണ പലിശയ്ക്കു നിക്ഷേപിച്ചിരിക്കുന്ന ഒരു തുക 10 വർഷം കൊണ്ട് ഇരട്ടിക്കുന്നുവെങ്കിൽ പലിശ നിരക്ക് എത്ര?

$x = 2$

$t = 10$

r = ?

$r = \frac{(x-1)}{t}100$

$= \frac{(2-1)}{10}100$

$= \frac{1}{10} \times 100$

= 10%

5% നിരക്കിൽ സാധാരണ പലിശയ്ക്കു നിക്ഷേപിച്ചിരിക്കുന്ന ഒരു തുക 4 മടങ്ങാകാൻ എത്ര വർഷം വേണം?

$x = 4$

$r = 5$

t = ?

$r = \frac{(x-1)}{t}100$

$5 = \frac{(4-1)}{t}100$

$5 = \frac{3}{t} \times 100$

$5t = 3 \times 100$

$t = \frac{3 \times 100}{5}$

t = 60 വർഷം

68

കൂട്ടം തെറ്റിയവർ

ഗണിതത്തിൽ യുക്തി ചിന്തയ്ക്ക് വലിയ സ്ഥാനമാണ് ഉള്ളത്. അതിന്റെ മാറ്റുരയ്ക്കുന്ന ഏതാനും ചോദ്യങ്ങൾ നമുക്ക് ഇവിടെ പരിചയപ്പെടാം. ആദ്യം സ്വയം ഉത്തരം എഴുതി നോക്കുക. എന്നിട്ട് ശരി ഉത്തരവുമായി ഒത്തു നോക്കണം.

1. ഏതാണ് വേറിട്ടു നിൽക്കുന്ന സംഖ്യ?

   A) 31 B) 41
   C) 51 D) 61

2. ഒറ്റയാൻ ഏത്?

   A) 67 B) 73
   C) 89 D) 91

3. ഏതാണ് വ്യത്യസ്തം?

   A) 144 B) 261
   C) 513 D) 734

4. ഏതാണ് കൂട്ടത്തിൽ ചേരാത്തത്?

   A) 7352 B) 3725
   C) 5213 D) 7722

5. ഒരെണ്ണം വ്യത്യസ്തം ഏത്?

   A) കിലോമീറ്റർ B) കിലോഗ്രാം
   C) മീറ്റർ D) സെന്റീമീറ്റർ

6. ഏതാണ് ഒറ്റയാൻ?

   A) സമചതുരം B) വൃത്തം
   C) ചതുരം D) തൃകോണം

7. ഏതാണ് വ്യത്യസ്തം?

   A) ജനുവരി B) മാർച്ച്
   C) ജൂലൈ D) സെപ്തംബർ

8. ഏതാണ് വേറിട്ടു നിൽക്കുന്നത്?

   A) 941 B) 414
   C) 961 D) 196

9. ഒറ്റയാനെ കണ്ടെത്തുക?

   A) 853 B) 532
   C) 734 D) 751

10. ഒറ്റയാൻ ഏത്?

A)	343	B)	8
C)	64	D)	169

Answers

1. അഭാജ്യ സംഖ്യകൾക്ക് 2 ഘടകങ്ങൾ മാത്രമേ ഉള്ളു. 1ഉം ആ സംഖ്യയും മാത്രം.

17	=	1 × 17
47	=	1 × 47

100 ന് താഴെയുള്ള അഭാജ്യസംഖ്യകൾ കാണുക. ആകെ 25 സംഖ്യകൾ ഉണ്ട്.

2	3	5	7	11
13	17	19	23	29
31	37	41	43	47
53	59	61	67	71
73	79	83	89	97

1 ഭാജ്യമോ അഭാജ്യമോ അല്ല. 2 ആണ് ഏറ്റവും ചെറിയ അഭാജ്യ സംഖ്യ. അഭാജ്യ സംഖ്യകളുടെ കൂട്ടത്തിൽ ഒരേയൊരു ഇരട്ട സംഖ്യയേയുള്ളൂ 2 മാത്രം.

ഇനി തന്നിരിക്കുന്ന സംഖ്യകൾ പരിശോധിക്കുക. 51 ഒഴികെ ബാക്കി എല്ലാം അഭാജ്യ സംഖ്യകൾ.

2. 91 ഒഴികെ ബാക്കി എല്ലാം അഭാജ്യസംഖ്യകൾ
3. 734 ഒഴികെ ബാക്കി ഓരോ സംഖ്യയിലെയും അക്കങ്ങളുടെ തുക 9 വരും. 734 ൽ അക്കങ്ങളുടെ തുക 14 ആണ്.
4. 5213 ഒഴികെ മറ്റു സംഖ്യകളിലെല്ലാം അക്കങ്ങൾ അഭാജ്യ സംഖ്യകളാണ്. 5213 ൽ 1 അഭാജ്യ സംഖ്യയല്ല.
5. കിലോഗ്രാം ഒഴിച്ചുള്ളവ ദൂരത്തിന്റെ യൂണിറ്റുകളാണ്. കിലോഗ്രാം ഭാരത്തെ കുറിക്കുന്നു.
6. വൃത്തം ഒഴികെ ബാക്കിയെല്ലാം നേർ രേഖകൾ ആണ്.
7. സെപ്റ്റംബർ ഒഴികെ ബാക്കിയെല്ലാം 31 ദിവസങ്ങളുള്ള മാസങ്ങൾ.
8. 414 ഒഴികെ ബാക്കി എല്ലാം പൂർണ്ണ വർഗങ്ങൾ ആണ്.

441	=	21 × 21
961	=	31 × 31
196	=	14 × 14

9. 751 ഒഴികെ മറ്റു സംഖ്യകളിൽ എല്ലാം അവസാനത്തെ രണ്ട് അക്കങ്ങൾ കൂട്ടുന്നതാണ് ആദ്യത്തെ അക്കം.
10. 169 ഒഴികെ ബാക്കി സംഖ്യകളെല്ലാം ക്യൂബുകൾ ആണ്.

69

ആളെവിടെ

1. നേരെ കിഴക്കോട്ടു നിൽക്കുന്ന ഒരാൾ 3 തവണ 90^0 വീതം വല ത്തോട്ടു തിരിയുന്നു. ഇപ്പോൾ അയാൾ ഏത് ദിശയിൽ ആയ രിക്കും?

   A) വടക്ക് B) തെക്ക്
   C) കിഴക്ക് D) പടിഞ്ഞാറ്

2. വടക്കോട്ടു നിൽക്കുന്ന ഒരാൾ രണ്ട് തവണ വലത്തേക്കും അവിടെ നിന്ന് മൂന്നു തവണ ഇടത്തോട്ടും തിരിയുന്നു. ഇപ്പോൾ അയാൾ ഏത് ദിശയിൽ ആയിരിക്കും നിൽക്കുന്നത്?

   A) വടക്ക് B) തെക്ക്
   C) കിഴക്ക് D) പടിഞ്ഞാറ്

3. നേരെ വടക്കോട്ടു നടക്കുന്ന ഒരാൾ കുറേ ദൂരം നടന്നിട്ട് വലത്തോട്ട് തിരിയുന്നു. കുറേ കഴിഞ്ഞ് അയാൾ വീണ്ടും വലത്തോട്ടു തിരിയു ന്നുവെങ്കിൽ ഏത് ദിശയിൽ ആയിരിക്കും ഇപ്പോൾ നടക്കുന്നത്?

   A) വടക്ക് B) തെക്ക്
   C) കിഴക്ക് D) പടിഞ്ഞാറ്

4. കിഴക്കോട്ടു സഞ്ചരിച്ചു കൊണ്ടിരുന്ന ഒരാൾ ആദ്യം വടക്കോട്ടും വീണ്ടും ഇടത്തോട്ടും തിരിഞ്ഞ് സഞ്ചരിക്കുന്നു. ഇപ്പോൾ ഏതു ദിശയിൽ ആയിരിക്കും അയാൾ?

   A) വടക്ക് B) തെക്ക്
   C) കിഴക്ക് D) പടിഞ്ഞാറ്

5. ഒരാൾ കിഴക്കോട്ട് 5 കി. മീറ്ററും അവിടെ നിന്ന് വലത്തേക്ക് 12 കി. മീറ്ററും സഞ്ചരിക്കുന്നു. പുറപ്പെട്ടിടത്തു നിന്നു എന്ത് അകലെയാ യിരിക്കും അയാൾ ഇപ്പോൾ?

   A) 13 Km B) 17 Km
   C) 16 Km D) 14 Km

6. ഒരാൾ നേരെ വടക്കോട്ട് 5 കി. മീറ്ററും അവിടെ നിന്ന് വലത്തോട്ടു 6 കി. മീറ്ററും വീണ്ടും ഇടത്തോട്ട് 3 കി.മീറ്ററും സഞ്ചരിക്കുന്നു. പുറ പ്പെട്ടിടത്തു നിന്നും എന്ത് അകലെയാണ് അയാൾ ഇപ്പോൾ?

   A) 14 Km B) 13 Km
   C) 12 Km D) 10 Km

7. ഒരാൾ നേരെ കിഴക്കോട്ട് 7 Km ഉം അവിടെ നിന്ന് വലത്തോട്ട് 4 Km ഉം വീണ്ടും വലത്തോട്ട് 7 Km ഉം സഞ്ചരിക്കുന്നു. പുറപ്പെട്ടിടത്തു

നിന്നും എന്ത് അകലെയായിരിക്കും അയാൾ ഇപ്പോൾ?

A) 18 Km B) 14 Km
C) 11 Km D) 4 Km

8. ഒരാൾ നേരെ കിഴക്കോട്ട് 3 കി.മീ സഞ്ചരിച്ചു. അവിടെ നിന്ന് വലത്തോട്ട് 2 കി.മീ. ഇടത്തോട്ട് 5 കി.മീറ്ററും വീണ്ടും ഇടത്തോട്ട് 2 കി.മീറ്ററും സഞ്ചരിക്കുന്നു. പുറപ്പെട്ടിടത്തു നിന്ന് എന്ത് അകലെ ആയിരിക്കും അയാൾ ഇപ്പോൾ?

A)7 Km B) 12 Km
C) 8 Km D) 10 Km

9. രാവിലെ സൂര്യന് അഭിമുഖമായി നടക്കുന്ന ഒരാൾ കുറേ ദൂരം നടന്നിട്ട് വലത്തോട്ട് തിരിയുന്നു. അയാളുടെ നിഴൽ പതിക്കുന്നത് ഇപ്പോൾ ഏത് ഭാഗത്ത് ആയിരിക്കും?

A) ഇടതുവശം B) വലതുവശം
C) മുന്നിൽ D) പിന്നിൽ

10. വൈകിട്ട് 5 മണിക്ക് സൂര്യന് അഭിമുഖമായി നിൽക്കുന്ന ഒരാൾ തന്റെ കൈകൾ തറനിരപ്പിന് സമാന്തരമായി ഉയർത്തുന്നു. അയാളുടെ ഇടതു കൈ ഏതു ദിശയിലായിരിക്കും?

A) തെക്ക് B) വടക്ക്
C) കിഴക്ക് D) പടിഞ്ഞാറ്

Answers

1.

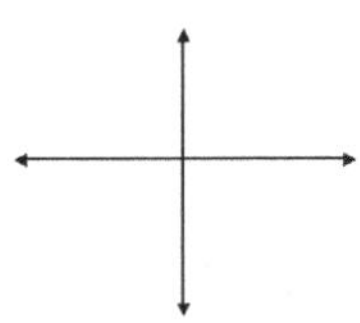

കിഴക്കോട്ടു നിൽക്കുന്ന ആൾ മൂന്ന് തവണ വലത്തോട്ടു തിരിഞ്ഞാൽ ദിശ വടക്കോട്ടാകും.

2. വടക്കോട്ടു നിൽക്കുന്ന ആൾ രണ്ട് തവണ വലത്തോട്ടു തിരിഞ്ഞാൽ തെക്കോട്ടാവും. എന്നിട്ട് മൂന്നു തവണ ഇടത്തോട്ടു തിരിഞ്ഞാൽ ദിശ പടിഞ്ഞാട്ടാകും.

3.

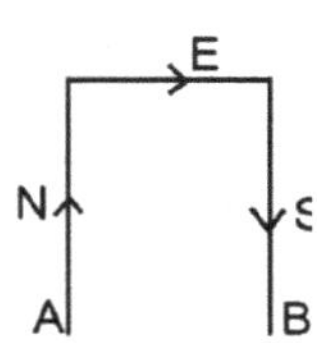

A യിൽ നിന്ന് പുറപ്പെട്ട ആൾ ഇപ്പോൾ B യിൽ ആണ്. ചിത്രം കാണുക. അയാൾ ഇപ്പോൾ തെക്കേട്ടാണ് നടക്കുന്നത്.

4.

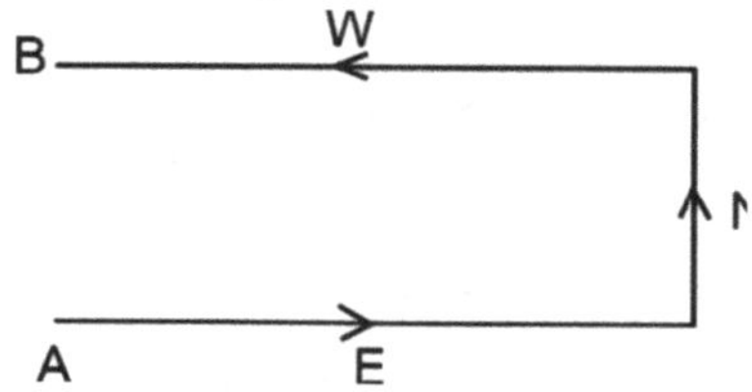

A പുറപ്പെട്ട സ്ഥലത്തേയും, B ഇപ്പോൾ നിൽക്കുന്ന സ്ഥലത്തേയും കുറിക്കുന്നു. ചിത്രം കാണുക. അയാൾ പടിഞ്ഞാറോട്ട് ആയിരിക്കും സഞ്ചരിക്കുന്നത്.

5.

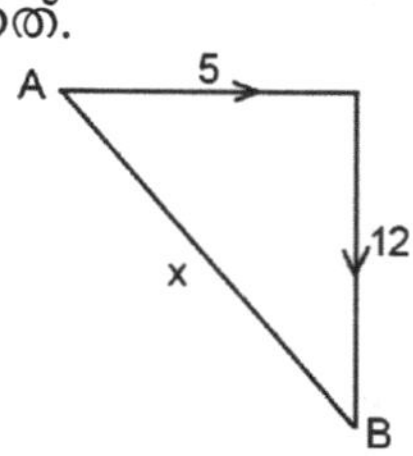

A യിൽ നിന്ന് പുറപ്പെട്ട ആൾ B യിൽ എത്തി. AB ആണ് കണ്ടുപിടിക്കേണ്ട ദൂരം. AB = x എന്നു സങ്കൽപ്പിക്കാം.

x^2 = 52 + 122

x^2 = 25 + 144

x^2 = 169

$x = \sqrt{169}$

x = 13 Km

6.

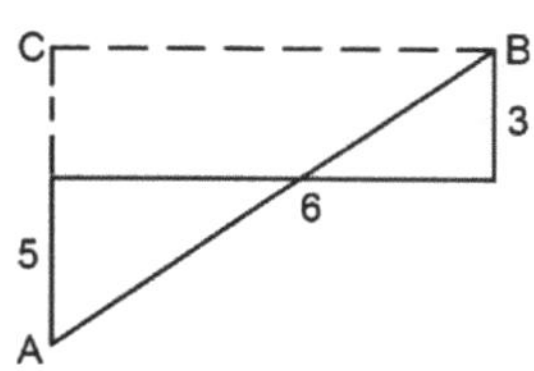

A യിൽ നിന്ന് പുറപ്പെട്ട ആൾ ഇപ്പോൾ B യിൽ ആണ്. AB ആണ് കണ്ടുപിടിക്കേണ്ട ദൂരം. ACB എന്ന മട്ടത്രികോണം പരിശോധിക്കുക. AC = 5 + 3 = 8. BC = 6

$AB^2 = AC^2 + BC^2$

AB^2 = 82 + 62

AB^2 = 64 + 36

$AB^2 = 100$

$AB =$

$AB = 10$ Km

7.

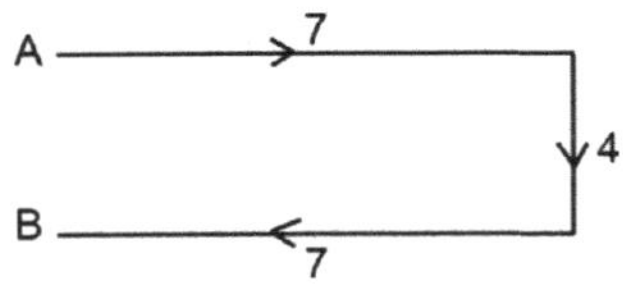

A യിൽ നിന്ന് പുറപ്പെട്ട് ചിത്രത്തിൽ കാണുന്ന വഴിയിലൂടെ സഞ്ച രിച്ച് B യിൽ എത്തി. A യിൽ നിന്ന് B യിലേക്കുള്ള ദൂരമാണ് ചോദിച്ചിരിക്കുന്നത്. AB = 4 Km.

8.

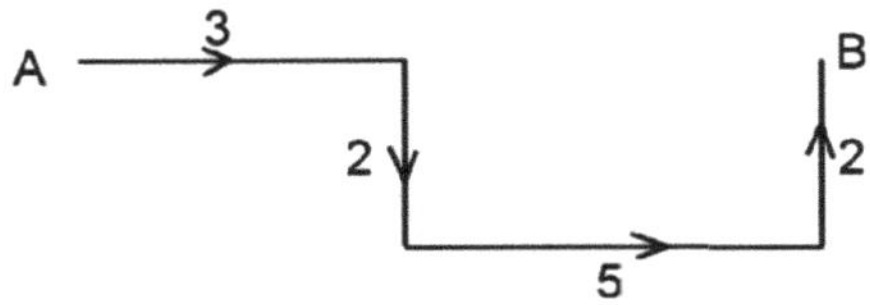

സഞ്ചരിച്ച വഴി ചിത്രത്തിൽ കാണിച്ചിരിക്കുന്നു. AB ആണ് കണ്ടു പിടിക്കേണ്ട ദൂരം.

$AB = 3 + 5$

$= 8$ km

9. അയാൾ ഇപ്പോൾ തെക്കോട്ടാണ് നടക്കുന്നത്. അപ്പോൾ നിഴൽ അയാളുടെ വലതു വശത്തായിരിക്കും.

10. പടിഞ്ഞാറോട്ട് നിൽക്കുന്ന ആളിന്റെ ഇടതു കൈ തെക്കോട്ട് ആയിരിക്കും.

70

വിട്ടുപോയത് ?

1. 15, 40, 20, 35, 25, 30, 30, __

A) 35 B) 30
C) 25 D) 20

2. 12, 21, 23, 32, 34, __

A) 43 B) 41
C) 25 D) 35

3. 3, 5, 8, 13, 21, __

A) 24 B) 26
C) 31 D) 34

4. 985, 874, 763, 652, ___

A)	541	B)	551
C)	553	D)	563

5. 65, 57, 53, 51, ___

A)	49	B)	48
C)	50	D)	45

6. 15, 26, 40, 16, 37, ___

A)	26	B)	33
C)	58	D)	46

7. 42, 38, 32, ___, 14

A)	28	B)	26
C)	22	D)	24

8. 6, 11, 21, 36, ___

A)	44	B)	46
C)	56	D)	48

9. 36, 85, 134, 183, ___

A)	232	B)	204
C)	213	D)	241

10. 375, 75, 15, ___

A)	10	B)	5
C)	3	D)	1

Answers

1. ഒന്നിടവിട്ട സംഖ്യകൾ രണ്ടു ശ്രേണിയായി എഴുതാം.

   15, 20, 25, 30

   40, 35, 30, ___

   ആദ്യത്തെ ശ്രേണി 5 വീതം കൂടുന്നു. രണ്ടാമത്തേത് 5 വീതം കുറയുന്നു. അടുത്ത സംഖ്യ 25.

2. 12 ലെ അക്കങ്ങൾ തിരിച്ച് എഴുതിയതാണ് 21. 23 ലെ അക്കങ്ങൾ തിരിച്ച് എഴുതിയതാണ് 32. അപ്പോൾ അടുത്ത സംഖ്യ 34 ലെ അക്കങ്ങൾ തിരിച്ച് എഴുതുന്ന 43 ആയിരിക്കും.

3. ഓരോ സംഖ്യയും തൊട്ടു മുമ്പുള്ള രണ്ട് സംഖ്യകളുടെ തുകയാണ്.

3	+	5	=	8
5	+	8	=	13

8	+	13	=	21
21	+	13	=	34

34 ആണ് വിട്ടുപോയ സംഖ്യ.

4. ഓരോ സംഖ്യയും തൊട്ടുമുമ്പുള്ള സംഖ്യയിൽ നിന്ന് 111 കുറയ്ക്കുന്നതാണ്. അടുത്ത സംഖ്യ 541.
5. 8, 4, 2, 1 എന്നീ ക്രമത്തിൽ കുറച്ചിരിക്കുന്നു.

65	–	8	=	57
57	–	4	=	53
53	–	2	=	51
51	–	1	=	50

50 ആണ് ഉത്തരം

6. ഓരോ സംഖ്യയിലേയും അക്കങ്ങളുടെ വർഗങ്ങൾ കൂട്ടുന്നതാണ് അടുത്ത സംഖ്യ.

1^2	+	5^2	=	26
2^2	+	6^2	=	40
4^2	+	0^2	=	16
1^2	+	6^2	=	37
3^2	+	7^2	=	58

7. ഇടത്തു നിന്ന് വലത്തോട്ട് 4, 6, 8, 10 എന്നീ ക്രമത്തിൽ കുറച്ചിരിക്കുന്നു.

42	–	4	=	38
38	–	6	=	32
32	–	8	=	24
24	–	10	=	14

8. 5, 10, 15, 20 എന്ന ക്രമത്തിൽ കൂട്ടിയിരിക്കുന്നു.

6	+	5	=	11
11	+	10	=	21
21	+	15	=	36
36	+	20	=	56

9. അടുത്തടുത്ത സംഖ്യകൾ തമ്മിലുള്ള വ്യത്യാസം 49 ആണ്.

85	–	36	=	49
134	–	85	=	49
183	–	134	=	49
232	–	183	=	49

10. ഇടത്തു നിന്ന് വലത്തോട്ട് 5 കൊണ്ട് ഹരിച്ചിരിക്കുന്നു. അടുത്ത സംഖ്യ $15 \div 5 = 3$